எஸ். சாமிநாதன்
(1945 - 2020)

1945இல் தஞ்சையில் பிறந்த எஸ். சாமிநாதன், திருச்சியில் வளர்ந்தவர். 50 ஆண்டுகளுக்கு மேலாக படைப்பிலக்கியம், திரைப்படம், நாடகம், விமர்சனம் ஆகிய தளங்களில் இயங்கிய கலை இலக்கியச் செயல்பாட்டாளர். தமிழ் இலக்கிய உலகில் நினைக்கப்பட வேண்டிய முக்கிய ஆளுமை. 'இன்று', 'விஸ்வரூபம்' ஆகிய சிற்றிதழ்களின் ஆசிரியர். வீதி, பரீக்ஷா நாடகக் குழுக்களின் நாடகங்களில் நடித்த அவர், திருச்சி நாடக சங்கத்தின் மூலம் நவீன நாடகங்களை இயக்கி நடித்துள்ளார். திருச்சி வாசகர் அரங்கம், திருச்சி சினி ஃபோரம் ஆகியவற்றில் தீவிரமாகச் செயல்பட்டவர்.

புரிசை கண்ணப்பத் தம்பிரான், 'சிட்டி' பெ.கோ. சுந்தரராஜன் உள்ளிட்ட சில ஆளுமைகள் குறித்த ஆவணப்படங்களை எடுத்தவர். சென்னையில் அரசுப் பணியில் இருந்த அவர், சி அண்ட் டி பிரிவுப் பணியாளர்களுக்கான தொழிற்சங்கத்தில் இணைந்து செயல்பட்டவர்.

சென்னையில் எண்பதுகளில் பாதல் சர்க்கார் நடத்திய பயிற்சிப் பட்டறையில் பங்கேற்று, அந்த அனுபவங்களை 'மனசில் பதிஞ்ச காலடிச் சுவடுகள்' என்ற புத்தகமாக எழுதினார். அர்த்தம் இயங்கும் தளம், எழுத்து நாடகம் சினிமா: சோதனைகளும் சாதனைகளும், காற்றில் தெரியும் மரங்கள் (அமெரிக்கப் பயண நினைவுகள்) உள்ளிட்ட புத்தகங்களையும் எழுதியுள்ளார்.

மனசில் பதிஞ்ச காலடிச் சுவடுகள்

எஸ். சாமநாதன்

போதிவனம்

மனசில் பதிஞ்ச காலடிச் சுவடுகள் *(பாதல் சர்க்கார் நடத்திய நாடகப் பயிற்சிப் பட்டறையின் நினைவுக்குறிப்புகள்)* *ஆசிரியர்:* **எஸ். சாமிநாதன்** ■ *உரிமை: ராஜலட்சுமி சாமிநாதன்* ■ *முகப்பு அட்டை ஓவியம்: ஓவியர் பி. கிருஷ்ணமூர்த்தி* ■ *முகப்பு எழுத்து வடிவமைப்பு: ஞாநி* ■ *முகப்பு அட்டை வடிவமைப்பு: ஓவியர் ஜீவமணி* ■ *முதல் பதிப்பு: வி.எஸ். குருநாதன் (டிசம்பர், 1980) இரண்டாம் பதிப்பு: போதிவனம் (அக்டோபர், 2023)* ■ *வெளியீடு: போதிவனம், அகமது வணிக வளாகம், 12/293, இராயப்பேட்டை நெடுஞ்சாலை, இராயப்பேட்டை, சென்னை - 600 014.* ■ *தொலைபேசி: 91 - 98414 50437* ■ *மின்னஞ்சல்:* bodhivanam@gmail.com ■ *பக்கங்கள்: 152*

Manasil Pathinja Kaaladi Suvadugal (Reflections of a theatre work-shop by Badal Sircar) Author: S. Saminathan, ©: Rajalakshmi Saminathan, Language: Tamil, First Edition: V.S. Gurunathan, (December, 1980) Second Edition: Bodhivanam, October, 2023, Wrapper Drawing: P. Krishnamurthy, Title Script: Gnani, Wrapper Design: B. Jeevamani, Published: Bodhivanam, Ahmed Complex Ground Floor, 12/293, Royapettah High Road, Royapettah, Chennai - 600 014, India. Phone: 91 – 98414 50437, Email: bodhivanam@gmail.com, Pages: 152

ISBN: 978-81-965682-4-5

Price: Rs. 160/-

இந்த நாடகப்பட்டறையை சாத்தியமாக்கிய
கோ. ராஜாராமுக்கு
வீதி நாடக இயக்கத்திற்கு

சென்ட்ரல் ஸ்டேஷன். எப்போதையும் போல கூட்டம். எல்லாச் சமயங்களையும் போல, இப்போதும் வியந்து போகிறான் அவன். இந்தியா முன்னேறுகிறதா இல்லையா என்று தெரியவில்லை. இத்தனை ஜனங்களுக்கும், எங்கேயோ ஒரு ஊருக்குப் போக வேண்டியதற்கும் அல்லது எங்கேயோ இருந்து இங்கே வருவதற்கும் ஏதோ காரியம் இருக்கிறது. இவர்கள் சுமந்து வருகிற பொருள்கள், உபயோகப்படுத்துகிற பிளாஸ்டிக், ரெக்ஸின், தோல்பெட்டிகள், உடுத்தியிருக்கின்ற ஆடைகள், பயணத்திற்காகச் செலவு பண்ணுகின்ற தொகை, பயணநேரத்தில் இவர்கள், பணநோட்டுகளை கத்தையாய் எடுத்து உருவி செலவு பண்ணுகின்ற வளமை, எல்லாத்தையும் பார்த்து இவன் எப்போதும் வியந்து போவான். நாம்தான் சரியாக சம்பாதிக்கவில்லையோ என்று யோசிப்பான். இப்படி இவர்களைப் போல, செலவு பண்ண, இவர்களைப்போல என்ன தொழில் பண்ணலாம், அல்லது என்ன உத்தியோகம் பார்க்கலாம். அது சரி, நமக்கு ஏன் இப்படி, ஒரு தொழில் அல்லது வேலை அமையவில்லை. சமூகம், அரசியல் அமைப்பு, ஏற்றத்தாழ்வுகள், முரண்பாடுகள், வர்க்க பேதம், சமுதாய மாற்றம். இந்தச் சிந்தனையெல்லாம் புழுத்துப்போய்..........

இந்த பிளாட்பாரம் இல்லை, வேறு பிளாட்பாரம் என்று யாரோ சொன்னார்கள். வெள்ளைவெளேரென்று, ஒளிப்பின்னணியில், நீல நிறத்தில் ரயில்கள் வருவதையும் போவதையும், நேரத்தையும், பிளாட்பார எண்ணையும் சொல்லிக் கொண்டிருந்த அந்தப்

போர்ட்டில் சரிபார்த்து, அந்த நீண்ட பிளாட்பாரத்தில், நண்பர்கள், கல்கத்தாவிலிருந்து வருகிற அந்த ரயிலுக்காகக் காத்திருக்கத் தொடங்கினார்கள்.

யாரைச் சுமந்து வருகிறது அந்த ரயில்.

காத்திருக்கும் அந்த முகங்கள், அவைகளுக்குள்ளே, பிறர் காணமுடியாதபடி, மறைக்கப்பட்டிருக்கிற "தன்முனைப்புகள்", சொந்த வாழ்வின் சோகங்கள், எல்லாவற்றையும் மீறி, எப்படியாவது நடத்திவிடலாம் என்ற மேல்மட்ட நம்பிக்கைகள்.

அது சரி. பாதல் சர்க்காரை நம்மில் யாருக்கும் தெரியாது. அவருக்கும் வரவேற்க வந்திருக்கிற நம்முடைய பௌதீக முகங்கள் எதனுடனும் பரிச்சயமில்லை. என்ன செய்யலாம். அறிவிப்பாளரிடம் சென்று, தாங்கள் இங்கே காத்திருக்கிறோம் என்று ஒலிபெருக்கியில் சொல்ல ஏற்பாடு செய்யலாமா? அதற்குப் பணம் செலுத்தவேண்டுமா? யாரிடம்? யாரைப் போய்ப் பார்க்க வேண்டும். வேறு ஒரு யோசனை. சாயந்தர செய்தித்தாள் ஒன்றை வாங்கினார்கள். இதில் பெரிய எழுத்துக்களில் சாயத்தில் எழுத வேண்டுமே. திரும்பவும் ஒரு யோசனை. பார்சல் ஆபிஸ் எங்கேயிருக்கிறது என்று தேடினார்கள். அதோ, அங்கே. இல்லை, அது இல்லை. கிட்ட போய் விசாரித்ததும் தான், அந்த பார்சல்கள் ரயிலில் ஏற்றப்படுவதற்காக பிளாட் பாரத்தில் காத்திருக்கும் பார்சல்கள் என்று தெரிகிறது. கடுகடுப்பாய் பேசிய அந்த மனிதனிடம், அந்த பார்சல்களின் மேல்புறத்தைச் சுட்டிக்காட்டி, இதேபோல் எழுதவேண்டும். எங்கே கிடைக்கும் குச்சியும் மையும். அதே சிடுசிடுப்புடன், பார்சல் ஆபிஸ் இருக்குமிடத்தைச் சொன்னான் அந்த மனிதன். ஒவ்வொருவர் வாழ்விலும், ஏதேதோ, பிரச்சினைகள், சிடுசிடுக்க. காரணமாயில்லை உலகத்தில். எங்கள் தோள்களில் மாட்டித் தொங்கும் பைகள் - அந்த மனுஷனுக்கு - பொறுப்பில்லாத, கஞ்சா அடிக்கின்ற இளைஞர்கள் இவர்கள் என்ற எண்ணத்தை ஏற்படுத்தியிருக்குமா? நீண்டு வளர்ந்து, வாரப்படாமல் தொங்கும் தலைமயிர், அந்த எண்ணத்தை உறுதிப்படுத்தியிருக்குமோ? யார் சொல்வது அந்த மனுஷனிடம், எங்களுக்கும் குழந்தை குட்டிகள் உண்டு, மாசக் கடைசி கஷ்டங்கள் உண்டு, கல்யாணமாகாத தங்கச்சிகள் உண்டு. சாப்பிடுவதற்கென்று, பொறுப்பாய், கொடுக்கப்பட்ட உத்தியோகங்கள் உண்டு என்று.

நேரமில்லை. ரயில் வந்துவிடும். ஓட்டமும் நடையுமாக, இடித்துத் தள்ளிக்கொண்டு, பார்சல் ஆபீசை நோக்கி. சரிதான். நமக்கும் ஓடியாடி வேகமாகச் செய்வதற்கு ஏதோ காரியமிருக்கிறது. பார்சல் ஆபீஸ். இருண்ட சுவர்கள். 'கோகல்' எழுதிய 'ஓவர்கோட்' குறுநாவல் ஞாபகத்துக்கு வந்தது. அரசாங்கச் சுவர்கள். ஓ! ஆச்சரியமாய், முகமலர்ச்சியோடு, ஒரு ஐம்பது வயசு மனுஷன், மையும் குச்சியும் கொடுத்து உதவ,

"Welcome to
Badal Sircar"

என்று கொட்டை கொட்டையாய், செய்தித்தாளின் குறுக்குவாட்டில், நீல எழுத்துக்கள், சின்னச்சின்ன அச்சு எழுத்துகளை, குப்புறத் தள்ளி, அமுத்தி, நசுக்கி, மறைத்துக்கொண்டு.

அந்த ஐம்பது வயசுக்காரர், குச்சியும் மையும் கொடுத்து உதவியதற்காக, எங்கள் நன்றியைப் பண ரூபத்தில் தெரிவிக்க முயன்றபோது, மறுத்து, ஒலிபெருக்கியில் சொல்லலாமே என்று ஆலோசனையைத் தெரிவித்து, திரும்பவும், அந்த நீண்ட லெட்ஜர்களில் மூழ்கிப்போனார். சரிதான். இருளும் ஒளியுமாய், சிடுசிடுப்பும் ஒளியுமாய். ஆமாம், இவைகள் நிறைந்த இந்த உலகத்துக்குத்தான் நாங்கள் நாடகம் நடத்துகிறோம். அந்தத் திறமைகளை, முறையான பயிற்சியின் மூலமாய் வளர்த்துக் கொள்ளத்தானே, இந்த நாடகப் பட்டறை. நேரம். நேரமாச்சு. திரும்பவும் ஓட்டமும் நடையுமாய், கல்கத்தா ரயில் வரும் பிளாட்பாரம் நோக்கி. ரயில் பிளாட்பாரத்தில் நுழைந்துவிட்டது. இரண்டுபேர், எழுதப்பட்ட செய்தித்தாளை, தலைகளுக்குமேல், பேனரைப் போல தூக்கிப் பிடித்துக்கொண்டு, ரயிலைவிட்டு இறங்கி வருகின்ற ஜனத்திரளின் ஊடே. நெருக்கியடித்து, பிளாட்பாரத்தின் ஒரு முனையிலிருந்து இன்னொரு முனையை நோக்கி மெதுவாக நடந்து போக, வரவேற்க வந்த நண்பர்கள் பின் தொடர, யாராவது, அந்த வாசகங்களைப் பார்த்து, நிற்கிறார்களா என்று பார்த்துக்கொண்டே...

தோளில் தொங்கிய பையோடு, கையை உயர்த்தி, தன்னை இனம் காட்டிய உருவம். சர்க்கார். பாதல் சர்க்கார். பார்க்கத் தவித்த உருவம். என்ன பேச? ஓ! ஒரு அற்புதமான 10 நாட்களின் துவக்கம். குசல விசாரிப்புகள். அறிமுகங்கள், மென்மையான

புன்முறுவல்கள். கசகசவென, போதாத வெளிச்சத்தில், பயணக் களைப்பை அடர்த்தியாய்க் கொண்டு, வெளியே போகும் மனுஷ உருவங்கள், இடிபாடுகள்.

மெதுவாய், அலைகளினூடே சேர்ந்து வெளிநோக்கி, அவரின் பெட்டியை ஒருவர் தூக்கிக் கொள்ள...

கல்கத்தாவில், எப்போதும் தண்ணீர் தேங்கியுள்ள ஒரு பகுதியில், 1926 ஜூலையில் பிறந்த மனிதன். எத்தனை வயசாச்சு. 56ஆ. வயசில் என்ன இருக்கு. 30 வயசுக்கப்புறம், அரிதாரம் பூசும் இந்தப் புது உலகத்தைத் தேர்ந்தெடுத்து, பின் அரிதாரத்தையும்விட்டு, அந்த புதிய நாடக உலகத்தை மட்டும் தக்க வைத்துக்கொண்டு.

பக்கவாட்டில், பின்புறமாய் கூட மெதுவே உரசி நடந்து போய், மிருதுவாய் சம்பாஷித்துக் கொண்டே, நடந்து கொண்டிருக்கும் இந்த மனிதன் களைப்படைந்த மனிதனா? கண்களை உறுத்தாத வண்ணத்தில் அந்த அரைக்கை சட்டை. சட்டை திணிக்கப்பட்டிருந்த அந்த காப்பிக்கலர் பேண்ட். தனக்கு என்ன வயசாச்சு என்று அவன் யோசிச்சுப் பார்த்தான். எதையோ நம்பி, இத்தனை தூரம் கடந்து, நம்பிக்கைகள் இன்னமும் சலிப்படையாமல், நேசம் கொண்டு.

சரியாக சொல்லுவோமேயானால், அந்த நாடகப்பட்டறை, சென்ட்ரல் ஸ்டேஷனிலேயே துவங்கிவிட்டது. முதல் நான்கு மாணவர்களாக, ஸ்டேஷனுக்கு வந்தவர்கள். ஜோதி, ராஜேந்திரன், ரங்கராஜன், அவன், பிளாட்பாரத்தில் பாதி வழியில், சந்தித்து, அறிமுகப்படுத்திக்கொண்ட, அந்த குறுந்தாடி இளைஞன் பாரவி. பாரவி, கொஞ்சநேரம் முன்னே, ஒரு சின்ன, பிளாட்பார நாடகம் நடந்ததே. லேட்டாய் வந்து நடிக்காமல் போனாய் என்று நினைத்து சிரித்துக்கொண்டான் அவன்.

பஸ்ஸில் போகலாமா, டாக்ஸியில் போகலாமா? ஒரு காப்பிக்குப் பிறகு, செவிட்டு ஊமைகள் காபி வழங்க, ஓயாமல் மாற்றி மாற்றி, பாதல் சர்க்காருடன் பேசிக்கொண்டே. மணி இரவு எட்டு இருக்குமா?

என்ன சிகரெட்? பாதல் சர்க்கார், சிரித்துக்கொண்டே, பட்டறை முடிகின்றநாள்வரைக்கான சிகரெட்டுக்களை நான் கொண்டு வந்திருக்கிறேன் என்று சொல்ல. அவனின் கண்களிலிருந்து கனவின் மயக்கம் இன்னமும் குறையவேயில்லை. மண். இந்த மண்.

பூஜித்தே பழகிவிட்ட மண். யாரைப் பிடிக்கிறதோ, அவர்களை தெய்வமாக்கிவிடுகிற பாரம்பரிய மண். வேறு எது இருந்தாலும் இல்லாவிட்டாலும், அதைத் தெளியப்படுத்தினார், அடுத்த நாளின் பட்டறைத் துவக்கத்திலேயே.

ஆமாம், பாரம்பரிய தெருக்கூத்தும் இல்லாத, பார்ஸி தாக்கத்துடன் கூடிய, மேலைநாட்டு, பெட்டி வடிவ நாடகங்களும் அல்லாத, இந்த மூன்றாவது வகையினாலான நாடகத்தில், புகழ் இல்லை. அதை நோக்கி இதை நாடாதீர்கள். கதாநாயகன். அந்த போதை. பணம் இல்லை. இல்லை.

சிரித்துக்கொண்டே, அந்த வட்டத்தில் அமர்ந்து துவக்கமாய் சொன்ன வார்த்தைகள்.

தெரியவில்லை, - நாடகப்பட்டறை முடிந்ததும், அந்த மண்ணின் வாசனைகள் அவனிடம் மங்கிப்போனதா என்று. காலந்தான் பதில் சொல்லணும்.

வாடகைக்காரிலே போகலாமா? பஸ்ஸில் போகலாமா? தூரம்தான். சோழமண்டல். ஓவியர்களாய் சேர்ந்து, தங்களுக்கென்று ஒரு கிராமத்தை, அடையாறுக்கு தெற்கே, ஆறு மைல்களுக்கு அப்பால்.

இந்த நாடகப் பட்டறைக்கு இடம் தேடி அலைந்தபோது.

20 அல்லது 25 பேர் கலந்துகொண்டு, பத்துநாட்களுக்கு அங்கேயே தங்கியிருக்க, குளிக்க, சாப்பிட, அப்புறம் என்ன ஒரு தேவையாய் ராஜாராம் கல்கத்தாவிலிருந்து எழுதியிருந்தார்.

“20 அல்லது 25 பேர் கைகால்களை வீசி பயிற்சி செய்யத்தக்க, ஒரு நீண்ட கூடம். மென்மையான தரைகொண்டதாய். பெரும் பாலான பட்டறைப் பயிற்சிகள், அன்னை பூமியில் நேரடியாக.

குறைவான சக்திகளை வைத்துக்கொண்டு, பங்குபெறுவோர் களிடம் 100 ரூபாய் மட்டும், பத்து நாள்களுக்குரிய, உணவு தங்குமிடக் கட்டணமாக வசூலித்து, அரசாங்க உதவி எதையும் நாடாமல், எப்படி சாத்தியம். ஆமாம் அவர்கள், ‘வீதி’ நாடகக் குழுக்காரர்கள், தங்களது விடுமுறை தினங்களில் கூடிக்கூடிப் பேசினார்கள். பெரும்பாலோர் அதில், நடுத்தரவர்க்க மாதச்

சம்பளக்காரர்கள். நன்கொடை வாங்குவதாயிருந்தாலும், ஆள் பார்த்து வாங்கவேண்டும் என்ற கொள்கை. இவர்கள் வாங்கலாம் என்று தீர்மானிக்கிற ஆள், கண்டிப்பாக, ஒரு கணிசமான தொகை அளிக்க முடியாத பொருளாதார தரத்தினனாய்த்தானிருப்பான்.

ஆனால் இந்த பட்டறை அப்படி ஒரு நீண்ட நாள் தாகம். சரியாகச் சொல்லப்போனால், 'வீதி'யின் முதல் கூட்டத்திலேயே, ராமானுஜத்தைவைத்து, ஒரு பட்டறை நடத்த திட்டமிட்டு, ராமானுஜத்திற்கு வீதி நாடகங்களின் பரிச்சயம் பற்றி தெளிவாக தெரிந்துகொள்ள முடியாமல் அந்த எண்ணம் எண்ணமாகவே இருக்க - அதற்கப்புறம் இரண்டு ஆண்டுகள். என்னன்னவோ வளர்ச்சிகள் தேக்கங்கள் 'வீதி'யில்.

1980 மே மாதம் இந்த பட்டறையை பாதல் சர்க்காரைக் கொண்டு நடத்த திட்டமிட, எதெல்லாம் காரணமாயிருந்தது. வீதியில் நாடகம் நடத்த, சில அடிப்படை பயிற்சிகளின் அவசியத்தை வீதிக்காரர்கள் தீவிரமாக உணர்ந்தார்கள். அவர்களின் வீதி நாடக அனுபவங்கள் அதன் தேவையின் அவசியத்தை உணர்த்திற்று.

ராஜாராம். கல்கத்தா ராஜாராம். சென்னைக்கு வரும்போதெல்லாம், அல்லது இங்கேயிருந்து யாராவது, கல்கத்தாவுக்குப் போனால், பாதல் சர்க்காரைப் பற்றி, அவரின் நாடகக்குழு சதாப்தியைப் பற்றி பேசப்பேச - அவனும் கூடத்தான். - அந்தப் பேச்சுகளில், அது தொடர்பான செய்தியறிதலில், வியந்து போய் பாதல் சர்க்கார் தமிழ்நாட்டிற்கு வரணும் என்று தாகித்தான். 1977இல், பெங்களூரில் பாதல் சர்க்கார், நடத்திய நாடகப்பட்டறை பற்றிய தகவல்கள் வீதிக்காரர்களின் சிந்தனையில்.

ஒரு விறுவிறுப்பான நடுவயதினன், ஞானப்பிரகாசம். பாண்டிச் சேரியிலிருந்து சென்னைக்கு வந்து, இலக்கியம், சமூக மாற்றம் என்ற கவலைகளில் தன்னை இருத்திக்கொண்டு, பின் ஒரு கல்கத்தா விஜயம், ராஜாராமுடன் தங்கல், கல்கத்தாவின் நாடகச் சூழல் தாக்கம் - சிறுபிள்ளையாய் தவழ்ந்து வந்து கொண்டிருந்த 'வீதி'யோடு விட்டுவிட்டு பரிச்சயம். ஏன் பாதல் சர்க்காரை தமிழ்நாட்டுக்கு கொண்டு வரக்கூடாது என்ற சிந்தனை. அமைப்பு முறைகளில் பாண்டித்யம் பெற்ற ஞானப்பிரகாசம், தன்னின் அந்தத் தகுதிகளைக் கொண்டு, வீதியும், வீதியனைய மற்றவரும் பயிற்சி பெற ஒரு நாடகப் பட்டறையை பாண்டிச்சேரியைக்

களமாகக் கொண்டு நடத்தத் திட்டமிட்டு, முயற்சி செய்த நாள்கள் எல்லாம் அவன் கவனத்திற்கு வந்தன. பின், அது வீதிக்காரர் களால்தான் சாத்தியப்பட இருந்தது.

பின் அது மே 80இல் சாத்தியமாகவில்லை. ஜுன் 80'திலும் இல்லை என்று தெரிவித்த ராஜாராமின், இரண்டு பக்கக் கடிதம், பாதல் சர்க்கார் 1-9-80 முதல் ஒன்பது நாட்களுக்கு வர இயலும் என்று தெரிவித்த செய்தியையும் சொல்லிற்று. பாதல் சர்க்காரின் சதாப்தி குழு வழங்கும் நாடகங்களில், ஒரு வியாழக்கிழமை, ஒரே ஒரு வியாழக்கிழமை நிகழ்ச்சியை மாத்திரமே, இழக்க முடியும் என்று பாதல் சர்க்கார் இது பற்றி பேசும்போது குறிப்பிட்டதாகவும் சொல்லிய அந்தக் கடிதம், நடத்த இருக்கின்ற நாடகப்பட்டறை, எவ்வளவு தீவிரத் தன்மைகள் கொண்டதென்பதை, அடையாளப் படுத்துவதைப் போல, நாடகப்பட்டறை நடத்துவது பற்றிய சின்னச் சின்ன விவரங்களைப் பற்றியெல்லாம், 1,2,3,4... என வரிசைப் படுத்தி, தெரிவித்த அந்தக் கடிதம், நாடகப்பட்டறையின் முதல் கணங்களை உணர்த்திய விதம்...

நடுமண்டை வழுக்கைத்தலையோடு, கையில் சிகரெட்டோடு, அதே மெல்லிய தொனியில், மெலிந்த அந்த உடலின் உள்ளே மெலிதான நகைப்பை உருவாக்கி, 'பஸ்ஸில் போவதைப்பற்றி ஆட்சேபனை ஒன்றுமில்லை. ஆனால், எனக்கு உட்கார ஒரு இடம் கிடைக்குமானால் நல்லது என்று சொல்ல, எவ்வளவு நேர பயணம் என்று கேட்டு ஒருமணி நேர தூரம் என்று உணர்ந்து, அத்தனை தூரத்திற்கு வாடகைக் காருக்கு செலவழிக்கும் தொகை அவசியமற்றது என்று சொல்லி, நின்றுகொண்டு கூட பஸ்ஸில் போகலாம் என்று சொல்லியபோது, குடிக்கிற சிகரெட் மாத்திரம் விலை மலிவானதல்ல, தன்வாழ்வு முழுவதுமே எளிமையானதுதான் என்று அந்தப் பத்து நாள்களில் உணர்த்திய பாதல் சர்க்கார், அந்த நாடகப் பட்டறையின் முடிவில், மூன்றாவது வகை நாடகத்திற்கான அடிப்படைப் பயிற்சிகளை அளித்ததைப்போல, தன் முழுவாழ்வின் எளிமையான பண்புகளால், அதில் பங்குகொண்ட 28 பேரில், பெரும்பான்மையோரிடம் ஒரு வலிவான தாக்கத்தை அளித்ததும் உண்மை.

கல்கத்தா பஸ்களைப்பற்றி விவரித்தார். தோள்களைக் குலுக்கி, அந்தச் சிரமங்களை நினைவுகூர்ந்தார்.

உட்கார இடம் வேண்டும் பஸ்ஸில். சரி, பஸ் புறப்படும் இடத்திற்கே போவோம்.

ஒரு சிறு தூர வாடகைக்கார் பயணம். அடுத்த ஒரு மணி நேரம் பஸ்ஸில். இரவு தன் இளமையை அடைந்து கொண்டிருந்தபோது, இருளில், வெளிச்சத்தில், தெரு விளக்குகள், போகப்போக, அகல் விளக்குகளாய், ஒரு பக்கச் சன்னல் வழியாக, கடல்காற்று சிலுசிலுத்து வீச, இரவு 9 மணிக்கு சோழ மண்டல கிராமம்.

இந்த அழகிய சிறிய கிராமத்தை பகலில் ஒருமுறை பார்த்திருந்தால்தான், எத்தனை அழகுகளை, அமைதிகளை, இது இந்த இருளில் தன்னிடம் மறைத்துக் கொண்டுள்ளது என்று தெரியும்.

புதிதாய் பார்க்கும்போது, எஞ்சிய வாழ்க்கையை இங்கேயே செலவழித்தால் என்ன என்றுதான் கற்பனை விரியும். நடைமுறை சாத்தியமின்மைகள், கற்களாய் எதிரில் நின்று தெரியும்.

ஆமாம். அவன் பொறாமைப்பட்டான், ஏக்கப்பட்டான். அந்த சோழ மண்டலத்தை, நாடகப்பட்டறை நடப்பதற்கு ஒரு மாதத்திற்கு முன் முதலில் பரிச்சயப்படுத்திக்கொண்டபோது, தொளதொளத்த ஒரு ஜிப்பாவில், அவர்களோடு சம்பாஷித்த கோபிநாத் என்ற ஓவியர், அந்த அமைப்பின் கௌரவச் செயலாளர் என்ற இடத்தில் கையெழுத்திட்டு, எழுத்துபூர்வமான ஒரு அனுமதிக் கடிதத்தை, தானே டைப் அடித்துக் கொடுத்தபோது, உங்கள் நாடகப்பட்டறை நடக்கும்போது, தான் ஊருக்குச் செல்வதாய் சொல்லி, ஆனால், உங்களுக்கு வேண்டிய மற்ற சௌகரியங்களை மற்றவர்கள் செய்வார்கள் என்று விளக்கிக் கொண்டிருந்தபோதெல்லாம், இதென்ன, சமூகத்திற்குள்ளே ஒரு சமூகம் மாதிரி, முழுக்க வித்தியாசமாய் என்று, அலுவலகம், ஓவியங்கள் வரையும் இடம் என்று சொல்லப்பட்ட, அந்தக் கூரை வேயப்பட்ட கூடத்தை அண்ணாந்து பார்த்து யோசித்துக்கொண்டிருந்த அவனுக்கு நினைவுக்கு வந்தது. இருட்டில் ஓவியர்களின் கிராமத்தின் நுழைவாயிலின் படலைத் திறந்து கொண்டு உள்ளே நுழைந்து, அடுத்த 10 நாள்களுக்கு உணவு தயாரித்து அளித்த மணி பரிமாற, அந்த இரவு உணவிலிருந்து, ஒரு அற்புதமான 10 நாள்கள் விரியத் தொடங்கியது.

பட்டறையில் கலந்துகொள்பவர்கள் என்ன உணவு உண்கிறார்களோ, அதுவே தனக்கும் போதுமானது. தனக்கென்று எதுவும்

தனியாக தயாரிக்க வேண்டாமென்று சொன்ன பாதல் சர்க்காரை, அழைத்துக்கொண்டு கிராமத்தின் நடுப்பகுதியில் அமைந்திருந்த ஓவியர் விஸ்வநாத்தின் வீட்டிற்குள் சென்றது, - மேலே கூரை வேயப்பட்டு, உள்ளே, அற்புதமான கலையழகுடன் புழங்குவதற் குரிய அத்தியாவசியமான தேவைகளை உள்ளடக்கிய வசதி நிறைந்த ஒரு வீட்டிற்குள், பட்டறையில் கலந்துகொள்ள வந்திருந்த நண்பர்களுடன், மீண்டும் மாணவப் பருவ மகிழ்ச்சி காலத்தினுள் நுழைந்ததைப் போல, முன்னும் அற்று பின்னும் அற்ற, நிகழ்கால தேன்துளிகளே நிச்சயமாய் இருந்த அந்த இரவில்...

அந்த நாடகப் பட்டறையின், தொடக்க வகுப்பு நிகழ்ந்தது என்று சொல்லலாமா? நாடகப்பட்டறை அடுத்த நாள் காலை எட்டரை மணிக்குத்தான் துவங்குகிறது. ஆனால் பாதல் சர்க்கார், அந்த இரவில், சும்மா சம்பாஷணையாய், இரண்டு மணிநேரம், விஸ்வநாத்தின் அந்த வீட்டில், - வீட்டிற்குள் நுழைந்ததுமே, ஒரு நான்கு படிகள் கீழே இறங்கி, தரைமட்டத்திலிருந்து, ஒரு ஐந்தடி கீழே, பள்ளமாய் அமைந்திருந்த, அந்த வீட்டின், கூடத்தில், ஒரு பிரம்பு நாற்காலியில் உட்கார்ந்துகொண்டு, வந்திருந்த பட்டறை நண்பர்களை அறிமுகப் படுத்திக்கொண்டு, பொதுப்படையாய் நாடகம் பற்றியும், பட்டறை எந்த முறையில் நடத்தப் போவதாய் தான் திட்டமிட்டிருப்பதைப் பற்றியும், சொல்லியபோதே, இந்தப் பட்டறை, உண்மையில், பாதல் சர்க்கார், சென்னையில் காலடி வைத்ததிலிருந்தே துவங்கி விட்டதாக அவனுக்குப்பட்டது. அந்த இரவில் அங்கே வந்து சேராத, சிலருக்கு கொஞ்சம் இழப்புத்தான் என்று நினைத்தான். ஆனால், பாதல் சர்க்கார் அவை, நாளை நாடகப்பட்டறை துவங்கும் போது, எல்லோரும் வந்தபிறகு, திரும்பவும் சொல்வதாகவும் சொன்னார். உண்மைதான். அடுத்தநாளும் சொன்னார்தான்.

ஆனால், அந்த இரவில், வந்திருந்தவர்களைப் பற்றி, அறிந்து கொள்ள, மற்றவர்களை, அந்த சம்பாஷணையில் அதிகமாகப் பேசவைக்க, அவர்களுடைய நாடக அனுபவங்களைப் பற்றிக் கேட்டதை, தமிழ்நாட்டின் நாடகச் சூழல் பற்றி விவரங்கள் தெரிந்துகொள்ள முனைந்ததை, இடைஇடையே, கல்கத்தா நாடகச் சூழல்பற்றிச் சொன்னதை, இப்படி, அந்த சம்பாஷணைக்குப் பலப்பல முகங்கள் இருந்ததை, குறைந்தபட்சம், ஒரு ஒலிப்பதிவு நாடாவாவது இருந்திருந்தால்தான் அந்த வீச்சின் ஒரு பகுதியை யாவது விவரிக்கமுடியும்.

ஆனாலும், அவரைச்சுற்றி, படிகளில், பிரம்பு நாற்காலிகளில், இப்படிக் கிடைத்த இடங்களில் அமர்ந்திருந்த அந்த முகங்கள்... அதில், பாதல் சர்க்கார் பேசப்பேச, பிரதிபலித்த உணர்வுக்குழம்புகள், அப்புறம் நடுவே, மின் விளக்கு அணைந்துபோனபோதும், தொடர்ந்த சம்பாஷணை, இப்படி எவ்வளவோ, நினைவில் வந்து மோதின.

ஆனாலும் அந்த பத்து நாட்களையும் முடிந்தவரை எழுத்தில் கொண்டுவர முயற்சிக்கின்ற இந்த முயற்சி, அதற்கு உதவியாக, தன் ஞாபகங்களும், பட்டறையின்போது எழுதிவைத்த குறிப்புகளும், தன் குறிப்புகள் போதாதென, பட்டறையில் பங்குகொண்ட, பரீக்ஷா ஞாநியின் குறிப்புகளின் துணையை நாடலும், அதுவும் போதாமல், பட்டறையில் இருந்த வீதி ராஜேந்திரனுடன் நடத்திய சம்பாஷணை களும், சரிதான், இதெல்லாமும்கூட, அந்த முயற்சியின் முழுமையைத் தேடும் புள்ளியாகத்தான் இருக்கமுடியும் என்று அவன் மனசில் நெருடியது.

தூங்கப்போனார்கள். கிடைத்த இடத்தில் படுத்துக்கொண்டு, படுக்கைகளை கொண்டுவர வேண்டும் என்று வீதி அறிவிப்பில் வாக்கியம் எழுதும்போதெல்லாம் கூடத்தான் இருந்தான். ஆனாலும் அன்றைக்கு, அவனால் எதுவும் எடுத்துவர முடியவில்லை. பாதல் சர்க்கார், வெளியூர் போகின்றபோது படுக்கையை எடுத்துப் போகும் வழக்கமில்லை. ஆகவே, அதற்கு ஏற்பாடு செய்துவிடவும் என்று ராஜாராம் கடிதம் எழுதியிருந்தது அவர்களுக்கு ஞாபகம் வந்தது. ஓவியர் விஸ்வநாத்தின் வீட்டில் இருந்த அந்தப் படுக்கையிலேயே பாதல் சர்க்கார், தான் படுப்பதற்கான ஆயத்தங்கள் செய்துகொண்டிருப்பதை கீழே, யாருடைய படுக்கையிலோ படுத்துக்கொண்டு அவன் பார்த்துக்கொண்டிருந்தான்.

விஸ்வநாத். அவர்தான் என்ன ஒரு உபகாரமான மனிதர். அந்த வீட்டில், அவர் வரைந்த ஓவியங்களில் சில சுவர்களில் கீழே, வைப்பறைமாதிரியிருந்த இடத்தில், மேலே, கூரைக்குக் கீழே, பலகை போட்டு, பரண் மாதிரியும் வசிப்பிடம் மாதிரியும் கட்டியிருந்த இடத்திலும் நிறைய சட்டமிடப்பட்ட ஓவியங்கள், கவிழ்த்து, சுவரில் சார்த்தி அடுக்கிவைக்கப்பட்டிருந்தன. இந்தப் பட்டறைக்கான நண்பர்கள் தங்குவதற்கு இடம் வேண்டும் என்று கேட்டதும் ஓவியர் வாசுதேவும் அரனாவாஸ் வாசுதேவும் விஸ்வநாத்தின் வீடு காலியாக இருக்கிறது. அவர் ஊரில்

இல்லை. பிரான்ஸ் தேசத்துக்குச் சென்றிருக்கிறார். அவரைக் கேட்டுப் பார்ப்போம். சாவி எங்களிடம்தான் இருக்கிறது. கடிதம் எழுதி, அனுமதி கேட்போம். கொடுத்துவிடுவார் என்று யோசனையும் நம்பிக்கை தெரிவித்தமையும், அப்படியே அனுமதி வரப் பெற்றதும், இந்தத் தங்குமிடத்திற்கோ, இன்னுமொரு கூரை வீட்டின் சொந்தக்காரர், ஒரு விளம்பரத்துறை நிர்வாகி யமுனா பிரபு தந்துதவிய அந்த வீட்டிற்கோ, பத்து நாட்கள் பட்டறையாக பயன்படுத்துவதற்கென்று, கடலை ஒட்டிய, அந்த சோழமண்டல கிராமத்தின் மணற்பரப்பில் பந்தல் போட்டு பயன்படுத்திய இடத்திற்கோ, ஒரு காசுகூட கொடுக்கவில்லை என்பதுவும் அவர்கள் அதனை எதிர்பார்க்கவில்லை என்பதுவும் அந்த பத்து நாட்கள் அவர்கள் பயன்படுத்திய மின்சாரத்திற்கு ஒரு சிறு தொகையைக்கூட பெற மறுத்து, அந்த வாசுதேவும் அரனாவாஸ் வாசுதேவும், இப்படி, முற்றிலும், முழுமையான அனுபவம் ஒன்றை, அந்தப் பட்டறையில் பெற, வித்தியாசமாய், பழக்கப் பட்ட நேர்க்கோட்டிலிருந்து விலகிப்போய் சில அற்புதமான மனிதப் பண்புகளைக் காட்டிய அந்த மனிதர்களும் காரணகர்த் தாக்களாக இருந்தார்கள் என்றுதான் சொல்லவேண்டும். பட்டறைக்காக இடம் வேண்டி அலைந்தபோது, கூத்துப் பட்டறையின் ந. முத்துசாமி, ஓவியர் தோட்டம் கிருஷ்ணமூர்த்தியை தொடர்புகொள்ளச் சொல்லி, அதற்குப்பிறகு, தோட்டம் கிருஷ்ண மூர்த்தி, இந்த சோழ மண்டலில் இடம் வாங்கிக் கொடுக்க, வாசுதேவிடமும் அரனாவாஸ் வாசுதேவிடமும் மற்றும் சம்பந்தப் பட்டவர்களிடமும் அழைத்துப்போய் ஏற்பாடு செய்ததும் மறக்க முடியாத அந்த பத்து நாள் அனுபவத்திற்கு, நிலைக்களன்களை அமைத்துத் தந்தவர்கள் என்று பலமுறை தன்னுள்ளேயே நினைத்துப் பார்த்து, உலகம் மோசம் என்பதுவும் இல்லை, இனிமையானதுதான் என்பதுவும் நாம் பழகுகின்ற மனிதர்களைப் பொருத்தே அமைகின்றது எனவும், வேறு சில மன வாதப் பிரதிவாதங்களின்போது, அவனுள்ளே தர்க்கிக்க நேர்ந்திருக்கிறது.

களைப்பு, தூக்கம், இரவு. அதன் பிறகு, ஒரு விடியல். முற்றாகவும் அது ஒரு, வரவில்லாமல் செலவுசெய்து மகிழ்ந்த மாணவப் பருவத்தின் புனர் ஜனனம்தான். 1-9-80 விடிந்த அந்தக் காலையில், அங்கே இருந்த இரண்டு பொதுக் குளியலறைகளின் வாசலில். கைலியோடு, பேண்ட்டோடு, வேஷ்டியோடு, பனியனோடு, துண்டோடு, சட்டையோடு, கலைந்த தலையோடு, வாயில்

பிரஷ்ஷூம் பற்பசையுமாய், பல்பொடியுமாய், இரவுச் சோம்ப லோடு, கூடிக்கலைந்து நின்ற அந்தப் பட்டறை நண்பர்கள், அப்படித்தான் அப்படித்தான் என்று மௌனமாய் ஆமோதிப் பதைப்போல.

பட்டறைக்கு வந்தவர்கள் எல்லோரையும் தெரியும் அவனுக்கு. ஓரிருவரைத்தவிர.

எல்லாருமே, கடந்த பத்தாண்டுகளில், அவன் நாட்டம் கொண்டிருந்த ஏதாவது ஒரு துறையினால் அவனுக்கு அறிமுக மானவர்கள். நேரம், காலை 8-30ஐ நெருங்கிக் கொண்டிருந்தது.

ராஜேந்திரன் ஓடிவந்தார். வீதியின் முக்கியமான உறுப்பினர்களைக் காட்டி, ஒரு பிரச்சினையைச் சொன்னார்.

நாம், வீதிக்கு வந்திருந்த 48 விண்ணப்பங்களில், 25 பேரைத் தேர்ந்தெடுத்து, அவர்களைப் பற்றிய விவரங்களை பாதல் சர்க்கா ருக்கு அனுப்பியிருந்தோமே, அதில், விருத்தாச்சலத்திலிருந்து பக்கிரிசாமியும் சென்னையிலிருந்து விஜயலட்சுமி என்ற பெண்ணும் வர இயலவில்லை என்று தெரிவித்திருக்கிறார்கள். நாகர்கோயிலி லிருந்து கொல்லிப்பாவை ராஜமார்த்தாண்டன் இதுவரை வரவில்லை. தகவலும் இல்லை. விருத்தாச்சலத்திலிருந்து பழனி வேலனைச் சேர்த்துக்கொள்ளச் சொல்லி, அவர் பட்டறையில் பயிற்சிபெற்றால், விருத்தாச்சலத்தில் இருக்கும் நண்பர்களுக்கு உதவியாக இருக்கும் என்று பக்கிரிசாமி கடிதம் எழுதியிருப்ப தாகவும் திருச்சியில் இருந்து விண்ணப்பம் அனுப்பிய மனோகரனும் கோவிந்தராஜூவும் வந்திருக்கிறார்கள். மேலும் பரீக்ஷாவிலிருந்து கார்வண்ணனும் பெல்ச்சி நாடகம் நடத்திய பரமேஸ்வரனும் பெங்களூரிலிருந்து சந்திரன் என்ற நண்பரும் பட்டறையில் சேர விருப்பம் தெரிவித்து வந்திருப்பதாகவும் சொல்லி, பாதல் சர்க்காருக்கு விவரங்கள் அனுப்பிய பட்டியலில் இருந்து இரண்டுபேர் கலந்து கொள்ளாததையும் புதியவர்களாய், ஆறுபேரைப் பற்றி பாதல் சர்க்காருக்குச் சொல்லி, சேர்த்துக்கொள்ளலாமா என்று கேட்க வேண்டியதிருக்கிறது என்றும் சொன்னார்.

நிர்வாகப் பிரச்சினைகள், வீதியின் கொள்கைகள், இப்படிப் பல சிக்கல்கள். 15லிருந்து 25க்குள், பட்டறையில் கலந்து கொள்பவர்கள் எண்ணிக்கை இருப்பது நல்லது என்று, 9-6-80லேயே ராஜாராம், எழுதியிருந்ததும் நினைவுக்கு வந்தது.

இதற்கென பொறுப்புக்களை ஏற்றுக்கொண்டிருந்த விவேகானந்தன், கே.வி. ராமசாமி, பூமணி, ராஜேந்திரன்; அவன், எல்லோருமே சேர்ந்து, பாதல் சர்க்காரிடமே சென்று பிரச்சினைக்கு தீர்வு கேட்டார்கள். வசித்தல், உணவு மற்ற நிர்வாக விஷயங்களுக்கு உங்களுக்கு இடைஞ்சல் இல்லையானால் எனக்கு ஒன்றும் ஆட்சேபணை இல்லை. ஆனால், இதற்குமேல் எண்ணிக்கையை அதிகரிக்காமல் இருப்பது பட்டறைக்கு நல்லது என்று சொன்னார்.

தங்குமிடம், ஆமாம் அது பிரச்சினையில்லை. விஸ்வநாத்தும் யமுனா பிரபுவும் புண்ணியம் கட்டிக் கொண்டிருக்கிறார்கள். உணவு. சோழ மண்டல் மணியிடம் போய் சொல்லி இன்னும் ஒரு மூன்று பேருக்குச் சேர்த்து 29 பேருக்கு அடுத்த பத்து நாட்களுக்கும் சமையல் செய்யக் கேட்டோம்.

வட்டம்

எல்லோரையும் வட்டமாக உட்காரச் சொன்னார். ஒரு பெரிய வட்டம். சம்மணக்கால் போட்டு உட்கார்ந்தால், ஒருவர் முழங்காலோடு, இன்னொருவர் முழங்கால் இடிக்கிற மாதிரி. எல்லோரும் வந்துவிட்டார்களா? ஆமாம் இன்னும் இரண்டு பேர் வரவில்லை. சிலோனிலிருந்து அந்தனி ஜீவா, சென்னையைச் சேர்ந்த அக்கினி புத்திரன். அந்தனி ஜீவா புறப்பட்டுவிட்டதாக தகவல். அக்கினி வந்து விடுகிறேன் என்று சொன்னார். வந்துவிடுவார். சரி. ரொம்பத் தூரத்திலிருந்து வருவதால், நாம் கொஞ்சம் காலம் கொடுத்துத்தான் ஆக வேண்டும். அக்னிபுத்திரன் வந்துவிடுவார் என்று சொல்கிறீர்கள் வரட்டும்.

பட்டறைகளின் நிபந்தனைகளில் ஒன்று பட்டறைக்கு இடையில் வருபவர்களைச் சேர்த்துக்கொள்ள இயலாது. தவிர்க்கமுடியாத காரணம் இருந்தால் ஒழிய, இடையில் யாரும் பட்டறையிலிருந்து போகாமல் இருத்தல் நல்லது.

என்ன ஆயிற்று இந்த அக்னிக்கு? என்ன கஷ்டமோ ஒவ்வொருவருக்கும்.

சரளமான, எளிமையான உறுத்தலில்லாத ஆங்கிலத்தில் பாதல் சர்க்கார், பட்டறையைத் தொடங்கினார்.

பெரும்பாலோர் சட்டைகளைக் கழற்றிவிட்டு பனியனும் மடித்துவிட்ட பேண்டுமாக, வெற்றுடம்பும் முழங்கால்வரை மடித்துவிட்ட பேண்டுமாக, கைக்கெடிகாரங்களைக் கழற்றி பந்தலின் ஒரு மூலையில் வைத்துவிட்டு, உட்கார்ந்திருந்தார்கள், பாதல் சர்க்கார் சொல்லியபடியே.

பட்டறையின் நோக்கம், விதிமுறைகள் பற்றியெல்லாம் மெதுவாகப் பேசத்தொடங்கினார்.

இங்கே வாத்தியார், மாணவன், தெரிந்தவன், தெரியாதவன் நிலை இல்லை. நானும் இந்த வட்டத்தில் ஒருவன். (ஆமாம் அவரும் வட்டத்தில் ஒருவராகத்தான் உட்கார்ந்திருந்தார்) அடிப்படையில் நான் சில விஷயங்களை நம்புகிறேன். உதாரணமாக, உங்களுக் கெல்லாம் சொல்லுவதற்கு விஷயங்கள் - சமூகமாற்றத்திற்கான விஷயங்கள் இருப்பதாகவும் அதை எப்படி இந்த மூன்றாவது தியேட்டர் என்ற, நாடக உலகிற்கு இதுவரை பழக்கப்பட்டிருக்கிற செட், ஒப்பனை, ஒலி, ஒளி, பெட்டி அமைப்பிலான, அரங்க அமைப்பு இவைகளைத் தவிர்த்த, நமக்கு இருக்கிற உடல், குரல், இவைகளை வைத்து மக்களோடு தொடர்பு கொள்வதற்குரிய முயற்சிகள் மேற்கொள்ளலாம் என்பது பற்றி அதற்கான சில அடிப்படைப் பயிற்சிகளைப் பெற, அதன் சாத்தியக் கூறுகளை கண்டறியும் முயற்சியில் ஈடுபட நாம் இங்கே கூடியிருக்கிறோம். நாடகம் பார்ப்பவருக்கும் நடிப்பவருக்கும் ஏற்றத் தாழ்வில்லை. ஒளி இருள் வேண்டாம். நாம் ஒளியில் இருந்து, பார்ப்பவர்களை இருளில் ஆழ்த்த வேண்டாம். 5 ரூபாய் கொடுத்தவர் முன்னால் உட்கார்வதும் 1 ரூபாய் கொடுத்தவர் பின்னால் உட்கார்வதும் நமக்கு வேண்டாம்.

நாம் இந்தப் பட்டறையில் பண்ணப் போகிற சில பயிற்சிகள், உண்மையில் விளையாட்டுக்கள்தான். பயிற்சியில்லை. நாமெல்லாம், எல்லாவற்றையும் மறந்து, விடுமுறையில் ஒரு பிக்னிக் வந்திருப்ப தாகக்கூட நீங்கள் நினைத்துக்கொள்ளலாம். அது நல்லது. உண்மையில் நாம் பட்டறை நடத்துகின்ற இந்தச் சூழல்கூட அப்படித்தான் அமைந்திருக்கிறது.

நாம் விளையாடப் போகும் விளையாட்டுகள் குழந்தைகளின் விளையாட்டுக்கள்தான். நமக்கு இயற்கையாக இருக்கிற, இந்த உடலையும் குரலையும் வைத்துக்கொண்டு, நம்மால் என்ன

செய்யமுடியும், எப்படி பயன்படுத்தமுடியும் என்று பார்ப்போம்.

இந்த வட்டம் ஏற்றத்தாழ்வுகள் இல்லை என்பதின் அடையாளம். நாம் அனைவரும் சமம் இங்கே. ஒருவர் அலுவலகத்தில் வேலை செய்யலாம். மற்றொருவர், தொழிலாளியாக இருக்கலாம். பிறிதொருவர், வாத்தியாராயிருக்கலாம், கலைஞராயிருக்கலாம்.

முதலில், நான் உங்கள் பெயர்களை, நினைவுபடுத்திக் கொள்கிறேன். அது, சௌகரியமாயிருக்கும் எனக்கு. கலந்து கொள்வதற்காக இருந்த 25 பேர்களுடைய பெயர்ப் பட்டியலும் அவர்களைப் பற்றிய பட்டறைக்குத் தேவையான மற்ற விவரங்களும் வீதி நிர்வாகிகள் அனுப்பியிருந்தார்கள். இரண்டு பேர் அதில் பட்டறையில் கலந்துகொள்ளவில்லை. இன்னும் இரண்டு பேர் வந்து சேர்ந்துகொள்ள இருக்கிறார்கள். மூன்று பேர் புதியதாக நாம் சேர்த்துக்கொண்டிருக்கிறோம்.

நீங்கள் வரிசையாக, இப்படி இடப்புறமிருந்து வலமாக வரிசையாக தயவுசெய்து உங்கள் பெயர்களைத் தயவுசெய்து ஒருமுறை சொல்லுங்கள். நாம் ஒருவருக்கொருவர், பெயர் பரிச்சயம் ஆக்கிக்கொண்டால், நல்லதில்லையா?

ஒல்லியான, சிவந்த, சாதாரண உயரம் கொண்ட, ஐம்பது வயதைத் தாண்டிய அந்த மனிதனிடமிருந்து, தீர்க்கம் நிறைந்த கண்களின் ஒளியோடு, மிருதுவாய், சரளமாய், பேச்சு வந்து கொண்டிருந்தது.

அம்ஷன்குமார், மனோகரன், பரஞ்சோதி, ரங்கராஜன் கோவிந்தராஜ், முருகேசன், பழனிவேலன், முத்துராமலிங்கம், பூமணி, அரவிந்தன், சுவாமிநாதன், ஆல்பர்ட், மீனாட்சி சுந்தரம், ஞாநி, ராஜேந்திரன், சந்திரன், கார்வண்ணன், பரமேஸ்வரன், விவேகானந்தன், கே.வி.ராமசாமி, செல்வராஜ், சம்பந்தன், குணசேகரன், எம்.ராமசாமி, பாரவி, பிரபஞ்சன்... பாதல் சர்க்கார்.

நான் இப்போது சொல்ல முயற்சிக்கிறேன். ம்... நீங்கள் சொல்லாதீர்கள். நான் முயற்சி பண்ணுகிறேன். அவருக்கு பட்டியலில் அனுப்பப்பட்டிருந்த பெயர்களில், பெரும்பாலானவற்றை, சரியாகச் சொன்னார். புதியவர்களின் பெயர்களை, ஞாபகம் வராததால், இன்னொருமுறை சொல்லச் சொன்னார். ஒருமுறை, இரண்டாவது தடவை, மூன்றாவது முறை, பிசகாமல், எல்லோருடைய

பெயரையும் சொல்லிவிட்டார். சிரித்துக்கொண்டே, தடுமாறும் போதெல்லாம்...

ஞாபகத்தில் வராமல், தடுமாறும்போது சம்பந்தப்பட்டவர்களோ, மற்றவர்களோ, அந்தப் பெயரைச்சொல்ல முற்படும்போது, கையை உயர்த்தி, வேண்டாம் வேண்டாம், கொஞ்சம் இருங்கள் என்று சொல்லி, அப்படி அவர், எல்லாப் பெயர்களையும் பரிச்சயப் படுத்திக் கொண்டபோது, திகைப்பாயிருந்தது.

இது என்ன ஒரு ஈடுபாடு. நாம் ரொம்ப தீவிரமாக ஏதோ, செயல்பட இங்கே கூடியிருக்கிறோம் என்று எல்லோர் மனதிலும் பட்டது. பட்டறையின் முதல் தீவிரம் மனதில் விதையிடத் தொடங்கியது.

அவன், காலையில், திருச்சி மனோகரை பாதல் சர்க்காருக்கு அறிமுகப்படுத்தியபோது, இவர் பெயர் அந்தப் பட்டியலில் இல்லையே என்று சொன்னபோது, அந்தச் சுருக்கமான பட்டியல் எவ்வளவு கவனமாக படிக்கப்பட்டிருக்கிறது என்ற திகைப்பு மேலிட்டதையும் அதன் தொடர்ச்சியாக, இந்தப் பெயர் பரிச்சயத்தில், அவரின் ஈடுபாட்டு வெளிப்பாடும் அவனை, இன்னமும் தீவிரப்படுத்தியது.

சக்தி பரிமாற்றம்

சம்மணக்காலிட்டு அமர்ந்துகொள்ளுங்கள். யோகாசனம் பண்ணுவதைப் போல, கைகள் இரண்டையும் நீட்டி, மார்பையும் நன்றாக நிமிர்த்தி, உங்கள் வலதுகையின் உள்ளங்கையால், பக்கத்திலே இருப்பவரின் இடப்பக்கத்து உள்ளங்கையைப் பிடித்து உங்கள் முழங்காலின்மீது வைத்துக்கொள்ளுங்கள். அதேபோல், உங்கள் இடதுகையின் உள்ளங்கையை பக்கத்தில் உட்கார்ந்திருப் பவரின் வலது கையின் உள்ளங்கைகளுக்குள் இருக்கின்ற மாதிரி வைத்து அவரின் முழங்காலின்மீது கைகளை வைத்துக்கொள்ளுங்கள். இப்போது கண்களை மூடிக்கொள்ளுங்கள்.

இப்போது என் வலது உள்ளங்கையால் நான் பிடித்திருக்கின்ற, பக்கத்திலிருப்பவரின் உள்ளங்கையை என் ஐந்துவிரல்களாலும் இறுக்கமாய் மூடி அமுக்குகிறேன். கொஞ்சநேரம் அப்படியே அமுக்கியபடியே வைத்திருங்கள். நான் இப்போது இப்படி அமுக்குவதை பக்கத்திலிருப்பவர் உணர்கிறாரா? நான் என் வலது

உள்ளங்கைகள் மூலமாக அதன் விரல்கள் மூலமாக அப்படி அமுக்கிக் கொண்டிருப்பதின் வாயிலாக எனக்குள்ளே இருக்கும் சக்தியினை உங்களுக்கு அளிக்கிறேன். அதை என் பக்கத்தில் இருக்கிறவர் உணர்கிறாரா? ஆமாம் அப்படி அமுக்கப்படுவது எனக்குத் தெரிகிறது என்று நினைக்கிறீர்களா? அப்படியாயின் நான் தருகின்ற என் உள் சக்திகளை நீங்கள் பெற்றுவிட்டதாக எனக்கு எப்படி உணர்த்தப் போகிறீர்கள்? ம்... வேண்டாம் வாய் திறந்து சொல்ல வேண்டாம். நாம் இந்த விளையாட்டு முடிகிறவரை அடுத்த சில நிமிடங்களுக்கு பேசப்போவதில்லை, பின் எப்படி? சைகை மூலமாகவா? இல்லை நாம் கண்களை மூடியிருக்கிறோம். இந்த விளையாட்டு முடிகிறவரை கண்களை திறக்கப் போவதில்லை பின் எப்படி?

நீங்கள், நான் தருகின்ற சக்திகளை பெற்றுக்கொண்டதற்கு அடையாளமாக என் வலது உள்ளங்கைகளின் கீழே, என் வலது முழங்காலில் வைத்திருக்கிறீர்களே உங்கள் இடது உள்ளங்கை. அதனுடைய கட்டைவிரல் மூலமாக என் வலது உள்ளங்கையை பக்கவாட்டில் மெதுவாக அழுத்துங்கள். ஆமாம். அப்படி நீங்கள் தெரிவிப்பதன் மூலமாக, நானளித்த சக்தியை நீங்கள் பெற்றுக் கொண்டீர்கள் என்று நீங்கள் எனக்கு உணர்த்துகிறீர்கள்.

கண்கள் மூடியிருக்கின்றன. காலை நேர இளங்காற்று. காற்றில் மிதந்து வருகின்றன பாதல் சர்க்காரின் குரல். புள்ளினங்கள் சுருதி சேர்க்கும் அற்புதமான சோழமண்டல் சூழ்நிலை. எல்லோரும் கண்களை மூடிக்கொண்டிருக்கிறோம். பாதல் சர்க்கார் பேசிக் கொண்டிருக்கிறார். கல்கத்தாவில் இருந்துவந்து, மேற்கு வங்காளத்தில் தோன்றிய, மூன்றாவது தியேட்டர் என்ற நாடகக்கலையை உருவாக்கிய விடிவெள்ளி, தன் மிருதுவான பேச்சின் மூலமாக, தன் அனுபவக் கதிர்களை எங்கள்மீது மெதுவே வீசிக்கொண்டிருக்கிறது.

இதோ என் பக்கத்தில் உட்கார்ந்திருக்கின்ற அம்ஷன்குமார், தன் கட்டைவிரலினைக் கொண்டு என் உள்ளங்கையின் பக்கவாட்டில் அழுத்தி, நான் என் உள்ளங்கையின் மூலமாக அளித்த சக்திகளைப் பெற்றுக்கொண்டதாக எனக்குத் தெரிவிக்கிறார். நான் அவர் அப்படித் தெரிவித்ததை, ஸ்பரிச மூலமாக உணர்ந்தவுடன் என் வலது உள்ளங்கையால் அவர் இடது உள்ளங்கையை அமுக்கிக் கொண்டிருப்பதை நிறுத்துகிறேன். ஆமாம் அவர் இப்போது என் சக்தியைப் பெற்றிருக்கிறார் நாம் இன்னமும் கண்களைத்

திறக்கவில்லை. சிரமப்பட்டு கண்களை மூடியிராதீர்கள். இயல்பாக இமைகளை மூடிப் பழக்கப்படுத்திக்கொள்வோமே. நாம் கொஞ்ச நேரம் எதையும் கண்களால் பார்க்காமல்தான் இருந்து பழகுவோமே.

அம்ஷன்குமார், என்னிடமிருந்து பெற்ற சக்திகளை, தன் இடது உள்ளங்கை மூலமாக, தன் உடலின் உள்ளே எல்லாப் பாகங்களிலும் செல்லவிட்டு, தன் வலது கைகள் மூலமாக, கீழே இறக்கி, அவருடைய வலது உள்ளங்கையின் மூலமாக, தான் பிடித்திருக்கிற, பக்கத்தில் உட்கார்ந்திருக்கிற மனோகரின் இடது உள்ளங்கையினை அமுக்குகிறார். அவர் என்னிடமிருந்து பெற்ற சக்திகளையும் தன்னுடைய உள்சக்திகளையும் சேர்த்து, மனோகருக்கு வழங்குவதின் அடையாளமாய் இப்படி அமுக்கும்போது அம்ஷன்குமாருடைய வலது உள்ளங்கை, மேலே இருக்கின்றது. அவரின் பிடியில் மனோகரின் இடது உள்ளங்கை, முழங்காலின்மீது இருக்கின்றன. மனோகர், தான் அந்தச் சக்திகளைப் பெற்றுக்கொண்டதற்கு அடையாளமாக தன்னுடைய இடது கட்டை விரல் மூலமாக, தன் இடது உள்ளங்கையினைப் பிடித்து அமுக்கிக்கொண்டிருக்கிற அம்ஷனின் வலது உள்ளங்கையின் பக்கவாட்டில் அழுத்துகிறார். மனோகர், அம்ஷன் குமார் கொடுத்த சக்திகளைப் பெற்றுக்கொண்டார். அம்ஷன், மனோகரின் அந்த இடது கட்டைவிரல் மூலமாக இதை உணர்ந்து, தனது வலது உள்ளங்கையினாலும் அதன் விரல்களாலும் அழுத்திப் பிடித்துக் கொண்டிருக்கிற அந்த அழுத்தத்தை மெதுவே குறைத்துக் கொண்டுவந்து, பின் முற்றாக அழுத்தம் அளிப்பதை தளர்த்துகிறார்.

ம்... இப்போது, மனோகரின் முறை. என் இடது கைகள் மூலமாக நான் என் சக்திகளை அம்ஷனுக்கு அளித்ததைப் போல, அம்ஷன் அதை தனது வலது உள்ளங்கையின் மூலமாகப் பெற்று அவருடைய இடது உள்ளங்கையின் மூலமாக, மனோகரின் வலது உள்ளங்கையின் வழியாக மனோகருக்கு அளித்த சக்திகளை, மனோகரின் இடது கையின் கட்டைவிரல் அழுத்தத்தில் அவர் பெற்றுக்கொண்டதை உணர்த்திய பிறகு, அம்ஷன் தனது வலது உள்ளங்கைகளால் பிடித்திருந்த மனோகரின் இடது உள்ளங்கையின் மீதான அழுத்தத்தைக் குறைத்தபிறகு, மனோகர், கண்களைத் திறக்காமலேயே தான் பெற்ற சக்திகளை தன் பக்கத்திலே அமர்ந்திருக்கிற பரஞ்ஜோதிக்கு தன்னுடைய வலது உள்ளங்கையால் தான் பிடித்து முழங்கால்களின்மீது வைத்திருக்கிற பரஞ்ஜோதியின்

இடது உள்ளங்கையின் மூலமாக பரஞ்ஜோதியின் இடது உள்ளங்கைகளை அழுக்கிப் பிடிப்பதன் மூலமாக, அந்த அழுத்த அதிகரிப்பின் மூலமாக, பரஞ்ஜோதிக்கு அளிக்கிறார்.

சரியா? நான் இப்போது எல்லோருக்கும் தெளிவாகும்படி இந்த விளையாட்டின் விதிமுறைகளைச் சொன்னேனா? சரி. நாம் இப்போது விளையாடத் துவங்குவோம். இந்த சக்தி பரிமாற்றம் இப்படியே வரிசையாக நான், என் வலது பக்கம் இந்த வட்டத்தில் என் பக்கத்தில் உட்கார்ந்திருக்கிற அம்ஷன், அம்ஷனின் வலது பக்கம் உட்கார்ந்திருக்கிற மனோகரன், மனோகரனின் வலதுபக்கம் உட்கார்ந்திருக்கிற பரஞ்ஜோதி என்று தொடர்ந்து அப்புறம் ரங்கராஜன், கோவிந்தராஜ், முருகேசன் என்று வலது பக்கமாகவே இந்த வட்டத்தில் இந்த சக்தி பரிமாற்றம் தொடர்ந்து நீடித்து, கடைசியாக, என்னுடைய இடது பக்கத்தில் உட்கார்ந்திருக்கிற பிரபஞ்சனின் வலது உள்ளங்கையின் மூலமாக என்னுடைய இடது உள்ளங்கை மூலமாக, நான் பரிமாற்றம் செய்த என்னுடைய சக்தி, இந்த வட்டத்திலே இருக்கிற 26 பேர்களிடமும் பரவி, அவர்களுடைய சக்திகளையும் சேர்த்து, என் இடது உள்ளங்கையின் மூலமாக எனக்கு வந்துசேர்கிறது. நான் இப்போது நிறுத்தப்போவதில்லை. அப்படி நான் பெற்ற அந்த சக்திகளை திரும்பவும், இடைவெளி விடாமலேயே, முன்னைப் போலவே, நான் என் வலது உள்ளங்கையின் மூலமாக, என் வலது பக்கம் அமர்ந்திருக்கின்ற அம்ஷனுக்கு கொடுக்கிறேன். அது தொடர்கிறது. அப்புறம் மனோகர், மனோகரிடமிருந்து, பரஞ்ஜோதி, பரஞ்ஜோதியிடமிருந்து கோவிந்தராஜ், என்று தொடர்ந்துகொண்டே இருக்கிறது. இந்த வட்டத்தில், நான் போதும் என்று சொல்லுகிறவரை இந்த விளையாட்டை தொடர்ந்து விளையாடுவோம்.

எங்கே ஆரம்பிக்கலாமா? நான், விதிமுறைகளைச் சரியாக, தெளிவாக, உங்களுக்கெல்லாம் சொல்லிவிட்டேனா? என்று கேட்டுக் கொண்டே, விளையாட்டைத் துவக்குகிறார். விளையாட்டின் விதிமுறைகள் பற்றி சந்தேகம் இருந்தால் கேளுங்கள் என்றும் கேட்டார்.

கொஞ்சநேரம் ஆகியது. என்ன நடக்கிறது. கொஞ்சம் அதிக நேரம் ஆகியதும், பாதல் சர்க்கார், ஏன் இன்னமும் நாம் அம்ஷனுக்கு அளித்த அந்த சக்திகள் எனக்குத் திரும்ப வரவில்லையே; வட்டத்தில் எங்கேயோ இது நின்றிருக்கிறது. தொடரவில்லை.

நாம் இப்போது கண்களைத் திறப்போம்.

ஒரு வேளை - நான் சொன்னவைகள் மொழிபெயர்க்கப்பட வேண்டுமா? தயவுசெய்து, யாராவது மொழிபெயர்த்துச் சொல்லுங்கள். அவன் பாதல் சர்க்கார், அந்த விளையாட்டைப் பற்றிச் சொன்னதை, தமிழில் சொல்லத் துவங்கினான். அவன் விதிமுறைகளைப் பற்றி பாதி சொல்லி முடித்ததும் ஞாநி அவனைத் தொடர்ந்து மற்ற பாதி விதிமுறைகளைத் தொடர்ந்து தமிழில் சொல்லி முடிக்க,

பாதல் சர்க்கார், சரி, நாம் இப்போது மீண்டும் விளையாட்டைத் துவக்குவோமா? இப்போது விதிமுறைகள் தெளிவாகிவிட்டதா? விளையாட்டின் விதிமுறைகளை நாம் சரியாகப் புரிந்துகொள்வோமே யானால், இந்தச் சக்தி பரிமாற்றம் வட்டத்தில் எங்கேயும் தேங்கி நிற்காது, என்று சொல்லிக்கொண்டே,

திரும்பவும், ஆரம்பத்திலிருந்து சம்மணம் இட்டு அமர்ந்து கொள்ளுங்கள். மார்பை நிமிர்த்தி, தலையை நிமிர்த்தி, கைகளை நீட்டி, கண்களை மூடி சரியா, நாம் இப்போது தயாரா?

இப்போது விளையாட்டுத் துவங்கிவிட்டது. கொஞ்சநேரம் ஆகியது. இன்னும் கொஞ்சநேரம். இல்லை இந்தமுறை சரியாக வந்துவிட்டது. இந்த விளையாட்டு கண்களை மூடியவாறே தொடர்ந்து நீடிக்கிறது. ஒருமுறை, இருமுறை, மூன்றுமுறை என்று தொடர்ந்தது.

பாதல் சர்க்கார் "போதும் இப்போது நாம் நம்முடைய கண்களைத் திறப்போம்" என்று சொல்லுகிறவரை.

வட்டத்தில் சக்தி பரிமாற்றம் ஒரு நல்ல துவக்கம். ஆச்சரிய கரமான சகோதரபாவம், பட்டறைவாசிகளுக்கிடையே, ஒரு தோழமை உணர்வு ஆகிய அவசியமான குணங்கள் விதைவிட்டு அரும்ப இந்த சக்திபரிமாற்றம் விளையாட்டு ஒரு காரணமாயிருந்தது. இந்த வட்டமாய் உட்காருதல், பட்டறையின் எல்லா நாள்களிலும் கடைசி நாள்வரை இருந்தது. பட்டறை நண்பர்கள், 11-30 மணி டீக்காக கலைந்து கூடும்போதும் பிற்பகல் 1 முதல் 3.00 மணி இடைவேளை உணவுக்காக கலைந்து கூடும்போதும் மாலை 4.30 டீக்காக பிரிந்து திரும்பக் கூடும்போதும் முதலில் வட்டமாய் உட்கார்ந்த பிறகே, விளையாட்டுகள் துவங்கும். பாதல் சர்க்கார்

இவைகளை விளையாட்டு என்றே அழைக்கப் பிரியப்படுகிறார். ஆனால், அவை பயிற்சிதான்.

இந்த வட்டம் பற்றிய தத்துவமும் சக்தி பரிமாற்றம் விளையாட்டி னால் ஒருவருக்கொருவர் ஏற்படும் நேச உணர்வும் நாங்கள் அதற்குப் பிறகு பெற்ற பயிற்சிகளுக்கு அடிப்படையான ஒரு விஷயமாயிருந்தது. மூன்றாவது தியேட்டர் என்ற அம்சத்தைப் பொருத்தவரை தனிப்பட்ட முறையில், நடிப்பவர்கள், தனியாக பெயர் பெறுவதோ 'கதாநாயக' அம்சமோ, தவிர்க்கப்படுகிறது.

அதனுடைய எல்லா அர்த்தங்களிலும் மூன்றாவது தியேட்டர் ஒரு மனிதக் கூட்டுமுயற்சி. இன்னும் சரியாகச் சொல்லப்போனால், அதில் சொல்லப்படுகிற விஷயம், சொல்லுகின்ற விதம் காரணமாக, மற்ற முறைகளைக் காட்டிலும், அழுத்தமாகவும், நேராகவும், இயல்பாகவும், இயற்கையாகவும், பார்வையாளர்களிடம் விஷயங்களைச் சேர்க்கிறது. இந்த அடிப்படையில், மூன்றாவது தியேட்டர் சம்பந்தப்பட்டவர்கள், நடிகர்கள் தங்களிடமிருக்கிற பல போர்வைகளைக் கழற்றி எறியவேண்டியது அவசியமாகிறது. பாதல் சர்க்கார், இந்தப் பட்டறையின் நோக்கம், பட்டறையின் முடிவில் ஒரு நாடகம் தயாரித்தளிப்பது இல்லை என்று தெளிவு படுத்தி, பட்டறை ஆரம்பிக்கும்போது இந்தப் பட்டறையின் விளைவுகளாக, உலகாயத புகழ், பணம், இதன் மூலமாக, ஒரு நல்ல ஊதியம் பெறுகின்ற வேலை இப்படியெல்லாம் நீங்கள் எதிர்பார்க்கமாட்டீர்கள் என்று நம்புகிறேன். இருந்தாலும், அதுபோன்ற மாயைகள் (illusion) இருக்கக்கூடாது என்பதற்காகச் சொல்கிறேன் என்றும் சொல்லி, நாம் இந்தப் பட்டறையின் ஆரம்ப மூன்று அல்லது நான்கு தினங்களில் விளையாடப் போகும் விளையாட்டுக்கள் சிறு குழந்தைகளின் விளையாட்டைப் போல தோற்றமளிக்கும். உண்மையில் அவை சிறு குழந்தைகளின் விளையாட்டுத்தான். ஆனால், வயது வந்தபிறகு, இதற்காக நாம் செய்கின்ற தொழில்களிலிருந்து பத்து நாள் விடுமுறை எடுத்துக் கொண்டு, இந்த சிறு குழந்தைகளின் விளையாட்டை விளையாடும் போது, உங்களுக்கு இயற்கையாகவே அதுபற்றிய சில சந்தேகங்கள் வரக்கூடும். - அதன் அவசியம் குறித்து. ஆனால் நான் உங்களை வேண்டுவதெல்லாம், உங்களுக்கு நாம் விளையாடப் போகும் இந்த விளையாட்டுக்கள் பற்றியெல்லாம் உங்கள் உள்ளத்தில் எழுகின்ற சந்தேகங்களை தயவுசெய்து இன்னும் மூன்று

நாள்களுக்கு கேட்காதீர்கள். மூன்று நாட்களுக்குப் பிறகு அந்தக் கேள்விகளில் பல கேள்விகளுக்கு பதில், உங்களுக்குத் தானாகவே கிடைத்துவிடும். நீங்களே புரிந்துகொள்வீர்கள். அதற்கப்புறமும் ஏதாவது சந்தேகங்கள், கேள்விகள் இருந்தால், அப்போது கேளுங்கள் என்று சொன்னார். ஒவ்வொரு நாளும் காலை 8-30 மணி முதல் 1-00 மணிவரை முற்பகல் பட்டறை வேலை நேரம். இடையில் ஒரு பத்து நிமிடம் டீக்காக இடைவேளை. மதிய உணவுக்குப் பிறகு, திரும்பவும் 3-00 மணிக்குக்கூடி, 5-00 அல்லது 5-30 வரை பிற்பகல் பட்டறை நேரம். முற்பகல் போலவே, பிற்பகலில், இடையில் ஒரு பத்து நிமிடம் டீ இடைவேளை. அதற்குப் பிறகு, மாலை 7-00 மணிக்கு நாங்கள் தங்கியிருந்த விஸ்வநாத்தின் வீட்டின் முன்புறம் உள்ள பரந்த புல்வெளியில், ஓய்வாக ஒரு கலந்து பேசுதலுக்காக பாதல் சர்க்காருடன் வட்டமாக உட்காருகிறோம். ஒவ்வொருநாளும், மூன்றாவது தியேட்டரின் தொடர்பாக, பல விஷயங்கள் பற்றி, ஒவ்வொரு நாளைக்கு ஒவ்வொரு பொருள் பற்றி மேலும் மேலும் வாய்மொழியாக கேட்டுத் தெரிந்து கொள் கிறோம். 8-30 அல்லது 9-00 மணிக்கு இரவு உணவு. அதற்குப் பிறகு, எங்களுக்குப் பிரியமிருந்தால், உடல் களைப்படையாமல் இருந்தால், திரும்பவும் இரவு உணவிற்குப் பிறகு, மீண்டும் அந்தக் கலந்து பேசுதல். இரவு 10-30 அல்லது 11-00 மணிவரை. முற்பகல், பிற்பகல் வகுப்புக்களை, செயல்முறை வகுப்புக்கள் என்றும், இரவு நேர கலந்து பேசுதலை, theory விரிவுரை வகுப்புக்கள் என்றும், அப்படி எளிமையாகச் சொல்லிவிட முடியாதுதான்.

ஆனால், மேற்சொன்ன நேரம் தவிர்த்து, தூங்கும் நேரம் போக, அந்த அற்புதமான சோழ மண்டலின் கடற்கரையில் பாதல் சர்க்கார், ஓய்வாக மாலைநேரம் நடந்து போகும்போதும், பட்டறையில் பங்கு கொண்டவர்களில் பெரும்பான்மையோர் கூடவே, பேசிக் கொண்டே போவார்கள். அப்போதும் ஏதாவது, இவைகள் பற்றியெல்லாம் கேட்டுக்கொண்டே. அதுவும் போக, சாப்பிடும் போதும், அவர் பக்கத்தில், பட்டறை நண்பர்களில் யாராவது இரண்டு மூன்று பேர், அவரைச் சுற்றி அமர்ந்து சாப்பிட்டுக் கொண்டே, ஏதாவது அவரிடம் கேட்டு, அவரை பேசவைத்து கேட்டுக்கொண்டிருப்பார்கள்.

மூன்றாவது தியேட்டருக்கு, அவரை ஒரு நடமாடும் நூல்நிலையம் போல, இந்த பத்து நாட்களும் பாதல்சர்க்கரை, பட்டறைவாசிகள்

பயன்படுத்திக்கொண்டார்கள். அவர் ஒருபோதும், இதுபற்றி பேச சலிப்படைந்ததில்லை. களைப்படைந்து எரிச்சல் அடைந்ததில்லை. அவர் பட்டறைவாசிகளிடம் கடுமையாக பேசிய ஒரே ஒரு சந்தர்ப்பம் உண்டு. அது ஒரு விளையாட்டின்போது, நமக்குள்ளே இருக்கின்ற, குழந்தைத்தனம் விழித்துக்கொண்டு, விளையாட்டுத் தன்மையும், கேலியும் அதிகமாய் உள்ளம் ஸ்வீகரித்து, அதன் விளைவாக பொறுப்பு தவறியபோது, கொஞ்சம் கடுமையாக அதைச் சுட்டிக்காட்டினார். அது 5ஆவது நாளோ 6ஆவது நாளோ நடந்தது. ஆனால், பாதல் சர்க்கார் கடுமையான வார்த்தைகளாய், அப்போது பிரயோகம் பண்ணியதெல்லாம் இதுதான்.

“நாம், நம்முடைய பல்வேறு வேலைகளை விட்டுவிட்டு இந்தப் பட்டறைக்கு வந்திருக்கிறோம். அந்த நேரத்தை வீணாக்கலாமா.” ஆனால் அதற்குப்பிறகு, அப்படி அவர் சொல்ல ஒரு சந்தர்ப்பமே தரவில்லை பட்டறைவாசிகள்.

கண்ணாடி விளையாட்டு (இரண்டு பேராக) (சைகைகளும் ஒலியுமாக) சக்தி பரிமாற்றத்திற்குப் பிறகு விளையாடிய விளையாட்டு திரும்பவும் வட்டமாய் உட்கார்தல். இந்த முறை இன்னும் கொஞ்சம் பெரிய வட்டமாய்.

உட்கார்ந்திருக்கின்ற வட்டத்தை பெரிய வட்டமாக்கும்போதும் சரி, கலைந்தபிறகு, திரும்பவும் வட்டமாக உட்காரும்போதும் சரி, ஒவ்வொருவரும், தங்களுடைய பக்கத்திலே இருப்பவரைப் பார்த்து, அந்த வட்டத்தில், நாம், வெளியே தள்ளியிருக்கிறோமா, அல்லது கொஞ்சம் உள்ளே இருந்து, வட்டத்தின் ஒழுங்கை குறைக்கிறோமா, என்று சரிபார்த்து, தாங்களே சரிசெய்துகொள்கிறார்கள் - நன்றாக கவனிக்க வேண்டும். பொதுவாக, இதுபோன்ற சந்தர்ப்பங்களி லெல்லாம், நாம் இயல்பாய் செய்வதெல்லாம், பிறத்தியாரைப் பார்த்து, நீங்க கொஞ்சம் முன்னே வாங்க, நீங்க கொஞ்சம் பின்னே வாங்க என்று சொல்லுவதுதான். பிரச்சினை, எல்லோருக்குமே, இப்படிச் செய்வதற்குரிய மனநிலை இருப்பதுதான். ஆனால் இந்தப் பிரச்சினை எளிதாகத் தீரும். பாதல் சர்க்கார் சொல்லியபடி, வட்டத்திற்கேற்ப, நாம் சரிசெய்துகொண்டால் இப்படி, அவர் சொல்லித் தெரிந்து கொண்டது பாதி. சொல்லாமல் தெரிந்துகொண்டது பாதி. அந்த பத்து நாளும் அவர், தான் ஈடுபட்டிருக்கும் இந்த மூன்றாவது தியேட்டருக் காக தன்னை முழுக்க அர்பணித்துக்கொண்டிருக்கும் தன்மை, பல விஷயங்களில் வெளிப்பட்டு, பட்டறையில் கற்றுக்கொண்ட

விஷயங்களைக் காட்டிலும், அவரின் அந்த பத்துநாள் வாழ்க்கை யிலிருந்து கற்றுக்கொண்ட விஷயங்கள்தான் உண்மையில் அதிகம். அவர் எளிமை. உடையில், உணவில், பழக்கவழக்கங்களில் பிறரோடு பழகும் தன்மையில், இப்படிப் பல.

கடல் போல சிந்தனைகளை வைத்துக்கொண்டு, சமூகநேசம் கொண்டு, அந்த பட்டறைவாசிகளுக்கு, அவர் நிறைய கற்றுக் கொடுத்திருக்கிறார்.

நாம் இப்போது பெரிய வட்டமாய் உட்கார்ந்துகொண்டோம். யாராவது முதல் இரண்டு பேர் வட்டத்திலிருந்து எழுந்து உள்ளே வாருங்கள். வேண்டாம். முதலில் யாராவது ஒருவர் வாருங்கள்.

பரமேஸ்வரன் இப்போது எனக்கு எதிரில் நிற்கிறார். இரண்டடி தூரத்தில், என்னை நேராக பார்த்துக்கொண்டு. பரமேஸ்வரன், நான் என்ன செய்தாலும் நீங்களும் செய்ய வேண்டும். விதிமுறைகள் சுலபம். உங்களை நீங்கள் கண்ணாடியாக உருவகித்துக் கொள்ளுங்கள். நான் கண்ணாடியின் முன் நிற்கிறேன். அதாவது உங்கள் முன் நிற்கிறேன். நான் கண்ணாடியைப் பார்த்து, என்னவெல்லாம் செய்கிறேனோ, கண்ணாடி அதை பிரதிபலிக்கிறது. அதாவது நீங்கள் பிரதிபலிக்கிறீர்கள். சரிதானா? இன்னுமொரு விஷயம். நான் அப்படிச் சைகைகளைச் செய்யும்போது, ஏதாவது ஒலியும் எழுப்புவேன். ஊஊஊஊ... ஆஆஆஆ... ஈஈஈஈஈஈ... ஹோய்ய்ய்ய், எனக்கு என்ன தோன்றுகிறதோ அந்த ஒலியை எழுப்புவேன். காட்டுமிராண்டித்தனமாய் கத்துவேன் - அல்லது ஓவென்று அழக்கூடும். என் மன நிலைகளைப் பொருத்தது அது. அதேபோல, சாதாரண உடற்பயிற்சிபோல, கைகளை கால்களை நீட்டுவேன். அல்லது, கண்ணாடியில் மூக்கை தோண்டிப் பார்ப்பேன். வாயை கோணங்கி காட்டுவேன் - இல்லையானால் ஆடக்கூடும். ஆமாம் ஆடுவேன், ஓடுவேன், வேண்டும்போதெல்லாம் எனக்குத் தோன்றுகின்ற ஒலியெழுப்பிக்கொண்டு - நீங்கள் நான் செய்வதையே பிரதிபலிக்க வேண்டும். சாதாரண கண்ணாடிக்கும் உங்களுக்கும் ஒரு வித்தியாசம். கண்ணாடி, ஒலியை பிரதிபலிக்காது. நீங்கள் நான் எழுப்புகின்ற ஒலிகளையும் பிரதிபலிக்கவேண்டும். சரிதானா?

(இப்போதுதான் - பட்டறை நடக்கும் இடம் Smooth Surface, மிருதுவான தரையாக இருத்தல் வேண்டும் என்ற ராஜாராமின் கடித நிபந்தனைகள் புரிந்தது) கீழே மணல்பரப்பு. கடல்

மணற்பரப்பு. விளையாட்டு துவங்கிவிட்டது. கொஞ்ச நேரம் நடக்கிறது. நான் இப்போது நிறுத்துகிறேன். என் இடத்தில் போய் வட்டத்தில் அமர்ந்துகொள்கிறேன். இப்போது, பரமேஸ்வரனுக்கு அடுத்தது யார்? வட்டத்தில் ம்... விவேகானந்தன். விவேகானந்தன் வட்டத்துக்குள் வருகிறார். இப்போது விவேகானந்தன் கண்ணாடி, பரமேஸ்வரன் செய்வதையெல்லாம், பரமேஸ்வரன் எழுப்புகின்ற ஒலியையெல்லாம், விவேகானந்தன் பிரதிபலிக்க வேண்டும். ஒலி, சைகை இரண்டையும். இது கொஞ்சநேரம் தொடர்கிறது. இரண்டு நிமிடம் கழிந்ததும் பாதல் சர்க்கார் கைதட்டுகிறார்.

நான் இப்படி கைதட்டியதும் நீங்கள் விளையாட்டை நிறுத்திவிட வேண்டும். பரமேஸ்வரன் இப்போது வட்டத்தில் போய் தன்னிடத்தில் உட்கார்ந்துவிட வேண்டும். இப்போது விவேகானந்தனுக்கு அடுத்து வட்டத்தில் உட்கார்ந்திருப்பவரின் முறை. அவர் வட்டத் திற்குள் வந்ததும் விவேகானந்தன் கண்ணாடியாக வேண்டும். வந்தவர் செய்வதை, எழுப்புகின்ற ஒலிகளை பிரதிபலிக்க வேண்டும். மீண்டும் கைதட்டல், அடுத்தவர் முறை, இப்படியே இந்த விளையாட்டு, வட்டத்தில் இருக்கிற எல்லோரும் ஒருமுறை விளையாடும் வாய்ப்புப் பெறுகிறவரை.

சட்டைகள் - போர்வைகள் - மனப்போர்வைகள், மனச் சட்டைகள், நம்மிடம் உள்ளே இருந்த தயக்கம், குரூரம், மிருகத்தனம் எல்லாம் வெளிப்பாடு அடைந்து, மெதுவே கழற்றிக்கொண்டு விழ ஆரம்பிப் பதை நாங்கள் உணர்ந்தோம். விளையாட விளையாடத்தான் இது தெரியும். Inhibitions. எது எதற்கோ, நம்மை கட்டுப்படுத்திக்கொள்ள அனுமதித்திருந்த தளைகள், யாரையும் பாதிக்காவண்ணம், தானாகவே பட்டறைவாசிகளிடமிருந்து கழன்று விழுவது தெரிந்தது.

ஒவ்வொருவரிடமிருந்தும் என்ன என்ன மாதிரியான வினோத மான ஒலிகள், சப்தங்கள், சிங்க கர்ஜனையாய், பூனைக்குரலாய், எலிக்குரலாய், நாய்குரைப்பாய், நரியின் ஊளையாய், அடிபடுபவரின் ஊளையாய், அடிப்பவனின் ரௌத்திரமாய், ஓ. எல்லாப் போர்வை களும் கழன்று விழுகிறது. எல்லா உணர்ச்சிகளுக்கும் ஒரு வடிகாலாய் இந்த விளையாட்டு. ஆட்டம். இந்த மனித உடலை, ஒவ்வொருவரும் எவ்வளவு அழகாய், வக்கிரமாய், நளினமாய், கொடூரமாய், பயன்படுத்தி கண்ணாடியில் தங்களைப் பார்த்துக் கொள்ளுகிறார்கள். பட்டறையின் கனங்கள் ஆழமாய், பட்டறை வாசிகளிடம் ஊறத் தொடங்கிவிட்டது.

கண்ணாடி விளையாட்டு (சைகையும் ஒலியுமாய்) (குழுக்களாக) இருவர் இருவராக விளையாடிய இந்த விளையாட்டை, இப்போது குழுவாக விளையாடுவோம்.

முதலில் வட்டத்தின் ஏதாவது ஒரு பகுதியிலிருந்து ஒரு ஐந்துபேர் இல்லை ஆறு பேர் என்று வைத்துக்கொள்வோம். ஆறு பேர் எழுந்து வட்டத்திற்குள் வாருங்கள். பூமானி (பூமணியைப் பாதல் சர்க்கார் இப்படி உச்சரிக்கிறார்). வட்டத்திற்குள், மெதுவே, அதை ரசித்து, சந்தோஷமாய், மிருதுவான நகைப்புகள்.

பூமானியிலிருந்து நாம் தொடங்குவோம். பூமானிக்கு பக்கத்தில் உட்கார்ந்திருக்கின்ற அரவிந்தன், சாமிநாதன், ஆல்பர்ட், மீனாட்சி, ஞாநி ம்... ஞாநி வரை ஆறு பேராயிற்றா?

இந்த ஆறுபேரும் இப்போது வட்டத்திற்குள் வந்திருக்கிறார்கள், யாராவது ஒருவர் இந்த ஆறுபேரில் தலைவராக இந்த ஆறுபேர் அடங்கிய குழுவுக்கு தலைவராக.

யார்? யார்? யாராவது ஒருவர்.

ம்... ஞாநியா? சரி ஞாநி.

இப்போது ஞாநியைத் தவிர்த்த நீங்கள் ஐந்து பேரும் கண்ணாடிகள், ஐவரும் சேர்ந்து ஒரு கண்ணாடியாக உருவகித்துக் கொள்ளுங்கள். யார் யார் மற்ற ஐவர், பூமானி, அரவிந்தன், சாமிநாதன், ஆல்பர்ட், மீனாட்சி. முன்பு விளையாடின விளையாட்டைப் போலவேதான்.

ஞாநி செய்கிற பாவனைகள், சைகைகள், எழுப்புகிற ஒலிகள் எல்லாவற்றையும் நீங்கள் ஐவரும் கண்ணாடியைப் போல உடனுக்குடன் ஒரே சமயத்தில் பிரதிபலிக்கிறீர்கள் - ஞாநி எழுப்புகிற அதே சப்தங்களை எழுப்புகிறீர்கள். ஆனால் ஐந்து பேரும் ஒரே சமயத்தில். சரிதானா?

விதிமுறைகள்

ஒரு சௌகரியத்திற்காக இந்தப் பந்தலைத் தாண்டி வெளியே போய், இந்த விளையாட்டு அரங்கை நீடித்துக்கொள்ளாதீர்கள். பந்தலுக்குள்ளேயே ஓடுங்கள், உருளுங்கள், உட்காருங்கள் எது

வேண்டுமானாலும் செய்யுங்கள். நான் முன்பு கைதட்டியதைப் போலவே கொஞ்ச நேரம் கழித்து ஞாநி பண்ணுவதை நீங்கள் பிரதிபலித்துக் கொண்டிருக்கின்றபோது, இப்போதும் கொஞ்ச நேரத்திற்கு ஒருமுறை கை தட்டுவேன். கைதட்டிய பிறகு, ஞாநி விளையாடுவதை நிறுத்திவிட வேண்டும். முன்பு கை தட்டும் போது நான் ஒன்றும் சொல்லவில்லை. இப்போது, மாறுங்கள் (Change) என்றும் கைதட்டும்போது சொல்லுவேன். உடனே ஞாநியின் தலைமை மாற்றப்படவேண்டும். ஞாநி விளையாடுவதை நிறுத்துவார். குழுவில் வேறு யாராவது ஒருவர் தலைமை ஸ்தானத்தை ஏற்றுக்கொள்ளுங்கள். அப்படி தலைமை ஸ்தானத்தை ஏற்றுக் கொள்கிறவர் செய்வதை மற்ற ஐவரும் முதலில் தலைமை ஸ்தானத்தை வகித்த ஞாநி உட்பட, கண்ணாடிகளாக, ஒரே கண்ணாடியாக தங்களை உருவகித்துக்கொண்டு, தலைமை ஸ்தானத்தை ஏற்றிருப்பவர் செய்வதை, எழுப்புகின்ற ஒலிகளைப் பிரதிபலிக்கவேண்டும். அதற்கப்புறம் கொஞ்ச நேரம் கழித்து, மீண்டும் ‘மாறுங்கள்’ என்று சப்தமிடுவேன். மற்ற நால்வரில் யாராவது ஒருவர் தலைமை ஸ்தானத்தை ஏற்றுக்கொள்கிறார்கள். மற்ற ஐவரும் கண்ணாடிகளாகிறார்கள். இப்படியே இந்த ஆறு பேர் அடங்கிய குழுவில், ஆறுபேரும் ஒருமுறையாவது தலைமை ஸ்தானத்தை ஏற்றுக்கொள்ள வேண்டும். ஆறு பேரும் கண்ணாடி களாகவும் தலைவர்களாகவும் இருந்து முடித்தபிறகு, அடுத்த குழு, அடுத்த ஆறுபேர் வட்டத்தில் ஞாநிக்கு அடுத்தபடியாக அமர்ந்திருக்கும் ராஜேந்திரனிலிருந்து தொடங்கி, சந்திரன், கார்வண்ணன், பிரபஞ்சன், பாரவி, எம். ராமசாமி என்று ஆறுபேர்.

இப்படியே இந்த விளையாட்டு, 28 பேர்களும் தலைவர்களாகவும் கண்ணாடிக் குழுக்களாகவும் விளையாடி முடித்தபிறகு, இந்தக் குழுக்களின் எண்ணிக்கையை முடிந்தவரை அதிகப்படுத்தி விளையாடலாம். விதிமுறைகளெல்லாம் மேலே சொன்ன மாதிரிதான். இதன் அடிப்படை, இரண்டு முகங்கள் கொண்டது. முதல் பயன், முதலில் தன்னை வழிநடத்திக்கொள்ள ஒரு பயிற்சி. இது இரண்டு இரண்டு பேராக விளையாடும்போதும் சாத்திய மாகிறது. குழுக்களாக விளையாடும்போது, பல பேருக்கு தலைமை தாங்கி நடத்துவதற்குரிய பயிற்சி மூன்றாவது தியேட்டரில். அதற்குப் பிறகு ஒரு சிறிய இடைவேளை தேநீருக்காக, தொண்டைக்குள்ளிருந்த அழுக்கெல்லாம் வெளியே வந்துவிட்டதைப் போல, நாம் இதுவரை எழுப்பிப் பழக்கப்படுத்தியிருந்த சப்தங்கள் போக

இன்னும் என்னென்னவோ மாதிரியெல்லாம் எழுப்புவதற்கு, நமது தொண்டைகளில், புதிய சக்திகள் கண்டுபிடிக்கப்பட்டதைப் போல.

ஓடி, ஆடி, உருண்டு, எழுந்து, உட்கார்ந்து, குதித்து நமது அங்க அவயங்களுக்கு, உடலுக்கு புதிய பரிமாணங்கள் இருப்பதை யெல்லாம் கண்டுகொண்டதைப்போல, அந்தக் கண்ணாடி விளையாட்டின் விளைவுகளாய் மனதில் பூத்திருந்தன.

நம்பிக்கை விளையாட்டு

நடிப்பவர்களுக்குள்ளே ஒருவருக்கொருவர் அடிப்படையில் நம்பிக்கை வேண்டும். அது அவசியம். அந்த நம்பிக்கைகளை இரண்டு வகைகளாகப் பார்க்கலாம். முதலில் மன அடிப்படையில். இரண்டாவதாக உடல் அடிப்படையில்.

மன அடிப்படையில் என்கிறபோது, நமக்கு மிகவேண்டிய நண்பனிடம், அவன் நாம் சொல்லுவதை எவ்வளவு பெரிய ரகசியமாக இருந்தால்கூட, யாரிடமும் சொல்லமாட்டான். அப்படி நாம் சொல்லுகின்ற ரகசியங்களை, மனப்புழுக்கங்களை வேறு யாரிடமும் சொல்லி, நமக்கு தீங்கு விளைவிக்கமாட்டான் என்று நம் வாழ்வில் சில நண்பர்களின்மீது நம்பிக்கை வைக்கிறோமே, அந்த வகையிலான நம்பிக்கையை மன அடிப்படையிலான நம்பிக்கை என்ற அர்த்தங்களில் சொல்கிறேன். இது மூன்றாவது தியேட்டரில் நடிக்கும் நடிகர்களுக்கு மிக அவசியமானது. இந்த மன அடிப்படையிலான நம்பிக்கை, பரஸ்பரம் மூன்றாவது தியேட்டரில் பங்கு கொள்வோரிடையே இருத்தல் வேண்டும்.

இரண்டாவதாக நான் குறிப்பிட்டது, உடல் அடிப்படையிலான நம்பிக்கை. மூன்றாவது தியேட்டர் வகையிலான நாடகத்தை நாம் நடிக்கின்றபோது, நம் கூட நடிக்கும் நண்பர்கள், நாம் நடித்துக் கொண்டிருக்கும்போது எதிர்பாராதவண்ணம் ஏற்படுகிற விபத்துகளின் போதுகூட, நம் உடலுக்கு எந்த தீங்கும் வராது காப்பார்கள், செயல்படுவார்கள் என்ற நம்பிக்கை, நம் மனதில் தோன்ற வேண்டிய அவசியத்தைக் குறிப்பதாகும்.

நான் ஏற்கெனவே சொல்லியமாதிரி, எனக்கான நாடகங்களை நான் தெரிந்துகொண்டபோது, அவைகளை என் அனுபவங்களில் நிகழ்த்துகின்றபோது, அனுபவ ரீதியாக பல உண்மைகள் எனக்குத்

தெரியவந்தன. அவற்றைப் பற்றி தொடர்ந்து சிந்தித்து, தொடர்ந்து நேர்கொள்ள நேர்ந்த அனுபவங்களின் வாயிலாக பெற்றதை நான் உங்களுடன் பகிர்ந்துகொள்கிறேன்.

தேநீருக்கான இடைவேளை முடிந்து, திரும்பவும் வட்டத்தில் உட்கார்ந்த பட்டறைவாசிகளிடையே அடுத்த விளையாட்டைப் பற்றி இப்படிச் சொல்லத் தொடங்கினார், பாதல் சர்க்கார்.

இந்த விளையாட்டை, நாம் ஐந்து பேராக விளையாடுவோம். முதலில் நான்குபேர், ம்...

பழனிவேலன், முத்துராமலிங்கம், அரவிந்தன், ஆல்பர்ட். வட்டத்தில் ஏதோ ஒரு இடத்திலிருந்து தொடங்கி, அந்த இடத்தி லிருந்து வரிசையாக நான்கு பேர்களைக் கூப்பிடுகிறார். சில விளையாட்டுகளின்போது, யாராவது இரண்டுபேர் முன்வாருங்கள், மூன்றுபேர் முன்வாருங்கள் என்று அந்த விளையாட்டிற்குத் தேவையான எண்ணிக்கையுள்ள நபர்களை கூப்பிட்டு அவர்களை வைத்து அந்த விளையாட்டைத் துவக்குகிறார்.

சாய்தல் - 1

நம்பிக்கை விளையாட்டு, இப்படி, இந்த நாலுபேரைக் கூப்பிட்டு ஆரம்பிக்கிறது.

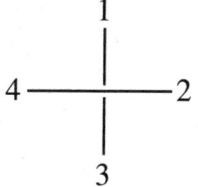

படம் 1

படத்தில் காட்டியுள்ளதைப்போல, நான்குபேரை நிறுத்தி வைக்கிறார். எந்த இடத்தில் வேண்டுமானாலும் யார் வேண்டு மானலும் நிற்கலாம். 1க்கும் 3க்கும் இடைவெளி, சுமார் ஆறடி தூரம் இருக்கும். அதேபோல, 2க்கும் 4க்கும் இடையே ஆறடி தூரம் இடைவெளி.

1இல் நிற்பவரும் 3இல் நிற்பவரும் எதிர் எதிராய் முகங்களைப் பார்த்தபடி. அதேபோல், 4ல் நிற்பவரும் 2ல் நிற்பவரும் எதிர்எதிர் முகங்களைப் பார்த்தபடி.

இப்போது நான்கு பேருக்கும் இடையே உள்ள மத்திய புள்ளியில் பாதல் சர்க்கார் வந்து நின்றுகொள்கிறார். 1இல் பழனிவேலனும்,

2இல் முத்துராமலிங்கமும்,

3இல் அரவிந்தனும்,

4இல் ஆல்பர்ட்டும், நின்றுகொண்டிருக்கிறார்கள். பாதல் சர்க்கார் சொல்கிறார். வட்டத்தில் இருக்கும் அனைவருக்கும் கேட்கும்படி...

நான் இப்போது, பழனிவேலன் முகத்தைப் பார்த்தபடி நிற்கிறேன். என் முதுகு அரவிந்தன் பக்கம். இரண்டு கைப்பக்கங்களில் ஆல்பர்ட்டும் முத்துராமலிங்கமும் நிற்கிறார்கள். சரிதானா?

நான் என் கைகள் இரண்டையும் என் பக்கவாட்டில், உடலோடு ஒட்டியபடி வைத்திருக்கிறேன். கால்கள் இரண்டையும் சேர்த்து வைத்து நேராக நிற்கிறேன். இந்த விளையாட்டு முடிகின்றவரை என்ன நடந்தாலும் பக்கவாட்டில் என் உடலோடு சேர்த்து வைத்திருக்கிற இரண்டு கரங்களையும் அதன் ஸ்தானங்களிலிருந்து எடுக்கப்போவதில்லை. நேராக நிமிர்த்திவைக்கப்பட்டிருக்கும் என் முழங்கால்களிலும் வளைவு நேரவிடப்போவதில்லை. சேர்த்து வைக்கப்பட்டிருக்கும் பாதங்களையும் பிரிக்கப்போவதில்லை. இடுப்பையும் வளைக்கப்போவதில்லை.

சரிதானா? நான் இப்படியே, நின்ற நிலையிலேயே முதலில் பழனிவேலனை நோக்கி சாயப்போகிறேன் - ஒரு சாதாரண வேகத்தில் அல்லது மெதுவாக என்றே வைத்துக்கொள்ளுங்கள். நான் சாயும் போது, என்னைக் கீழே விழுந்துவிடாமல், என் தோள்களுக்குக் கீழே, மார்புக்குச் சற்று மேலே அகலவிரித்த தன்னுடைய இரண்டு உள்ளங்கைகளாலும் சாய்கின்ற என் உடலைத் தாங்கி, என்னை கீழே விழுந்துவிடாமல் தடுத்து, மெதுவாக அப்படியே நிமிர்த்தி என்னை என்னுடைய பழைய ஸ்தானத்துக்கு கொண்டுவந்து நிறுத்துவார்.

இதில் பழனிவேலன் கவனிக்க வேண்டிய விஷயம். நான் சாயத் தொடங்கும்போதே என்னைத் தாங்கிவிடக்கூடாது. என்னை சாயவிட வேண்டும். அதற்குப் பிறகுதான் என்னைத் தாங்கி நிமிர்த்த வேண்டும்.

அதேபோல் சாயப்போகிற நான், கவனத்தில் கொள்ளவேண்டிய விஷயம், பழனிவேலன் என்னைத் தாங்குவாரோ, மாட்டாரோ, என்ற நம்பிக்கையின்மை கொண்டு, தயங்கித் தயங்கி, கீழே விழுகின்ற பய உணர்வைத் தவிர்த்து, இடுப்பிலோ அல்லது முழங்கால்களிலோ வளைவுகளை ஏற்படுத்தி மெதுவே சாய்கின்ற மனப்பான்மையை விட்டுவிடுதல். நான் முற்றிலும் அவரை நம்பித்தான் கீழே சாயப்போகிறேன். அவர் என்னைக் கீழே விழுந்துவிடாமல் தாங்குவதில், கவனமாக இருந்தாலும் சரி அல்லது இல்லாவிட்டாலும் சரி.

சரிதானா?

இதேபோல், பின்புறமாய் முன் சொன்ன எல்லா விதிகளையும் கடைப்பிடித்து, அரவிந்தனை நோக்கி, முதுகுப்புறமாகவே சாயப் போகிறேன். அப்போது, அரவிந்தன் அகலவிரிந்த தன் இரண்டு உள்ளங்கைகளாலும் எனது முதுகின் இரண்டு புறங்களிலும் தாங்கி என்னை கீழே விழுந்துவிடாமல் காத்து மெதுவாக என்னை நிமிர்த்தி என்னுடைய பழைய ஸ்தானத்திற்கு கொண்டுவந்து நிறுத்துவார். *சரிதானா?*

அதேபோல், இப்போது பக்கவாட்டில் முத்துராமலிங்கத்தை நோக்கி என் உடலை பக்கவாட்டில் சாய்த்து, கீழே விழ சாயத் தொடங்குவேன், மேலே சொன்ன மற்ற விதிமுறைகள் அனைத்தையும் மனதில் கொண்டு, அப்போது நான் சாயத் தொடங்கும்போதே என்னை முத்துராமலிங்கம் தடுத்து தாங்கிக்கொள்ளப் போவதில்லை. என்னை சாயவிட்டு, ஆனால் நான் கீழே விழுவதற்கு முன்னமேயே, தன்னுடைய இரண்டு கைகளாலும் என்னைத் தாங்கிக்கொள்வார். எப்படி? என் உடல் பக்கவாட்டில் விழும்போது, முத்துராமலிங்கம் என்னை எப்படித் தாங்கப் போகிறார். தன்னுடைய வலதுகையை என்னுடைய கையின் பந்துகிண்ண மூட்டுக்குச் சற்று கீழே தாங்கிப்பிடித்து, இடது கையை தன்னுடைய வலது கைக்கு சற்றுத் தள்ளிவைத்துத் தாங்கிப் பிடித்து, என்னைக் கீழே விழுந்து விடாமல் காக்கப் போகிறார்.

அதைப்போலவே, இன்னொரு பக்கவாட்டில் நின்று கொண்டிருக்கிற ஆல்பர்ட்டை நோக்கி சாய்வேன். முத்துராம லிங்கத்தை நோக்கி பக்கவாட்டில் சாய்ந்ததைப் போலவே மற்ற எல்லா விதிமுறைகளையும் மனதில்கொண்டு, ஆல்பர்ட்டும்

முத்துராமலிங்கம் என்னைத் தாங்கியதைப் போலவே தாங்குவார். இந்த நால்வரும் கவனிக்க வேண்டிய முக்கியமான விஷயம். நான் சாயத் தொடங்கும் ஆரம்ப நிலையிலேயே என்னைத் தாங்கி, என்னை அதிகம் சாயவிடாமல் செய்யாதீர்கள். என்னை சாயவிட்டு, தாங்கிப்பிடித்து நிமிர்த்துப் பழகினால்தான் இந்த விளையாட்டு பயனுள்ளதாக இருக்கும்.

சரி. ஆரம்பிக்கலாமா?

இப்போது பழனிவேலனை நோக்கி, அடுத்தது அரவிந்தனை நோக்கி, முதுகுப்புறமாகவே, அதற்கப்புறம், முத்துராமலிங்கத்தை நோக்கி, அதற்கப்புறம் இன்னொரு பக்கவாட்டில் நின்று கொண்டிருக்கிற ஆல்பர்ட்டை நோக்கி, என்ன சரிதானா? நான், பழனிவேலனின் முகத்துக்கு முகம் நேரே எதிர்நோக்கி நிற்கும் இந்த நிலையை, நான்கு புறங்களிலும் விழுகின்றபோதும் மாற்றிக்கொள்ளப் போவதில்லை. சரியா? விழத்தொடங்குகிறார். அவர் சொன்ன வரிசைப்படியே, தாங்கிப் பிடித்துக்கொள்வதில், ஏற்படுகிற தவறுகளை சரி செய்கிறார். அவர் வலியுறுத்திச் சொன்ன அதே தவறுதான். அதாவது, பாதல் சர்க்கார் சாயத் தொடங்கும் போதே, எங்கே கீழே விழுந்துவிடுவாரோ என்ற அச்சத்தில், உடனடியாக தாங்கிப் பிடித்துக்கொள்ளுதல். அதேபோல, கீழே விழுகின்ற உடலை தாங்கிப் பிடிக்கும்போது, தாங்கி பிடிப்பவர்கள், தங்களுடைய கைகளை, கீழே சாய்கிறவரின் உடலில், சரியான இடத்தில் வைத்து தாங்கிப் பிடிக்காமை போன்ற தவறுகள். சரிசெய்கிறார். தவறுகளை சுட்டிக்காட்டி சரிசெய்தபிறகு மீண்டும் விளையாட்டு தொடர்ந்து நடைபெறுகிறது. சாய்கிறார். தாங்கிப் பிடித்து நிமிர்த்துகிறார்கள்.

பாதல் சர்க்கார் சுற்றி நிற்கின்ற நான்கு பேரிடமும் முழு நம்பிக்கைவைத்து, ஒவ்வொரு முறையும் உயிரற்ற உடல் கீழே சாய்வதைப் போல சாய்ந்தமையும் அந்த நம்பிக்கையும் மௌனமாக சில பாடங்களை கற்றுக் கொடுத்தது.

அப்படித் தொடர்ந்து விளையாடிக் கொஞ்ச நேரம் நிறுத்தி, திரும்பவும் பேசத் தொடங்குகிறார்.

நடுநடுவே, நான் சொன்னவற்றை யாராவது தமிழில் மொழி பெயர்ந்துச் சொல்லுங்கள் என்று வேண்டுகோள் விடுக்கிறார்.

அவன், ஞாநி, ராஜேந்திரன், விவேகானந்தன் யாராவது ஒருவர் அதைச் சுருக்கமாக தமிழில் சொல்லுகிறார்கள். சில சமயங்களில் "இல்லை வேண்டாம் பாதல் சர்க்கார் சொன்னதே புரிந்துவிட்டது" என்று சம்பந்தனோ, செல்வராஜோ சொல்லி இப்படி நேரம் செலவாவதைத் தவிர்த்தார்கள். எல்லா சமயங்களிலும் மொழிபெயர்ப்பு செய்யப்படவில்லை. அவசியப்பட்டபோது மாத்திரம்.

"கூத்துப்பட்டறை" தங்கள் குழுவின் சார்பாக, பயிற்சிபெற எல்லாச் செலவுகளையும் ஏற்று புரிசை சம்பந்தத்தை, பட்டறைக்கு அனுப்பியிருந்தார்கள். புரிசை சம்பந்தன் கூத்துப் பாரம்பரியத்தில் வந்தவர். கூத்துப்பட்டறை நடத்துகின்ற நாடகங்களில் நடிப்பவர். கூத்தையே தன்னுடைய தொழிலாகக் கொண்டவர். கூத்துப் பாரம்பரியத்தில் எஞ்சி நிற்கிற அரிதான சில கலைஞர்களில் ஒருவராக இருக்கும் புரிசை கண்ணப்ப தம்பிரானின் மகன். வயது 27 ஆகிறது. இவருக்கு பேச எழுத தெரிந்த மொழி, தமிழ் மட்டுமே. ஆனால் ந. முத்துசாமியும் கூத்துப்பட்டறையும் சமீபகாலமாக எடுத்துவரும் பெரும் முயற்சிகளின் காரணமாக இந்தக் கூத்துக் கலை சீக்கிரம் அழிந்துவிடாமல் காப்பாற்றப்பட்டு வருகிறது. அந்த முயற்சியின் விளைவாகப் புரிசை சம்பந்தன், படித்தவர்க்கம் என்று சொல்லப்படுகிற ஆங்கிலம் தெரிந்தவர்களுடன் பல்வேறு இடங்களில், பல்வேறு சூழ்நிலைகளில் அதிகமாக இப்போது பழக நேர்ந்திருக்கிறது. பல்வேறு இடங்கள். ஆகவே அவரால் ஓரளவுக்கு, பேச்சு ஆங்கிலத்தைப் புரிந்துகொள்ள முடிகிறது. மேலும், ஒரு கலைஞன் என்ற முறையிலும் பாதல் சர்க்காரின் ஆங்கிலப் பேச்சு விளக்கங்கள் சீக்கிரமாய் சம்பந்தனிடம் போய்ச் சேர்ந்துவிடுகிறது. ஏற்கனவே, காந்தி கிராமத்தில், பன்ஸிகௌல் போன்றவர்கள், மற்றும் தேசிய நாடகப்பள்ளி நடத்திய நாடகப் பட்டறைகளில் கலந்து, அனுபவம் பெற்றதாலும் சில சமயங்களில் "மொழிபெயர்ப்பு வேண்டாம், பாதல் சர்க்காரின் ஆங்கிலம் எனக்குப் புரிகிறது" என்று சொல்லி, அப்படி நேரம் செலவாவதை தடுத்தார். மேலும், பாதல் சர்க்காரின் ஆங்கிலம் எளிமையானது. தொடர்பு கொள்ளுவதற்காகவே, மொழி என்ற தன்னிலையில் நின்று உபயோகப் படுத்தப்பட்ட ஆங்கிலம்.

அதேபோல, செல்வராஜ். இவர் தொழில் அச்சுக்கோர்ப்பது, பரீக்ஷா, வீதி நாடகங்களில் நடித்துக்கொண்டிருப்பவர். அதிகம் படிக்காதவர். ஆனால், தனக்குப் பிரியமாய் தான் தேர்ந்தெடுத்துக்

கொண்ட, பல ரசனைகளின் காரணமாக, இவரும் பாதல் சர்க்காரின் ஆங்கிலம் புரிகிறது, மொழிபெயர்ப்பில் நேரம் வீணாக்க வேண்டாம் என்று பாதல் சர்க்காரை முழுமையாக, இந்த பத்து நாட்கள் பயன்படுத்திக்கொள்ள வேண்டும் என மற்ற பட்டறைவாசிகளைப் போலவே, மிகுந்த அக்கறை கொண்டிருந்தார். சில சமயங்களில், சில நுணுக்கமான விளையாட்டுக்கள் பற்றி பாதல் சர்க்கார் விவரிக்கும்போது, அதை ஒருமுறை தமிழில் சொல்ல வேண்டும் என்று, ஆங்கிலம் நன்றாக எழுதபேசத் தெரிந்த பட்டறைவாசிகளில் சிலர்கூட பிரியப்பட்டு சுருக்கமான ஒரு மொழிபெயர்ப்பு விளக்கம் நிகழ்ந்தது உண்டு. அதேபோல், யார் மொழிபெயர்த்தாலும், அப்படி மொழிபெயர்க்கப்படுகிற சில சமயங்களில், மொழிபெயர்த்து சொல்லுபவர்கள், ஏதாவது சொல்லப்பட வேண்டிய விவரங்களை, கவனக்குறைவாக விட நேர்ந்தால், அந்த வட்டத்தில் யாராவது, தானாக முன்வந்து அந்த மொழிபெயர்ப்பாளர், மொழிபெயர்த்து முடிந்ததும் அந்த விட்டுப் போன விவரங்களையும் ஓரிரண்டு வாக்கியங்களில் சொல்லி பூர்த்தி செய்தார்கள். பட்டறையின் பயன்களை அனைவரும் முழுமையாகப் பெறுவதில், அனைவருக்குமே அக்கறை இருந்தது.

சாய்தல்-2

இப்போது பாதல் சர்க்கார் சொல்கிறார். நான் இனி, பழனிவேலன், அரவிந்தன், முத்துராமலிங்கம், ஆல்பர்ட் என்று வரிசையாக சாயப் போவதில்லை. இந்த நான்கு பேரில் யாரை நோக்கி வேண்டுமானாலும் சாயப் போகிறேன். ஆகவே, நால்வரும் எப்போதும் தயார் நிலையில் இருந்தாக வேண்டும். எப்போது யார் இருக்கும் திசையில் சாய்வேன் என்று அனுமானிக்க முடியாது. இப்பத்தானே பின்புறமாய், அரவிந்தன் பக்கம் பாதல் சர்க்கார் சாய்ந்திருக்கிறார். அதற்கப்புறம், முத்துராமலிங்கம் பக்கம் சாய்ந்து, அதற்குப் பிறகல்லவா என்னை நோக்கி, சாயப் போகிறார். ஆகவே கொஞ்சம் ஓய்வாக, (Relaxed) இருப்போம் என்று ஆல்பர்ட்டோ அல்லது அதைப்போல, பழனிவேலனோ மற்றவர்களோ இருப்பதற்கு, இப்போது நான் சாயப் போகிற விளையாட்டில் வாய்ப்பில்லை. நால்வரும் இனி எல்லா நேரத்திலும் என்னைத் தாங்கிப்பிடித்து நிமிர்த்திவைக்கும் தயார் நிலையில் இருந்தாக வேண்டும். மற்ற விதிமுறைகளெல்லாம், பழைய மாதிரியேதான்.

என்ன சரிதானா? என்று கேட்டுவிட்டு, சாயத் தொடங்கினார். எந்தப்பக்கம் வேண்டுமானாலும் பாதல் சர்க்காரை யாரும் கீழே விழவிடவில்லை. இப்படி கொஞ்சநேரம் விளையாட்டு நீடித்தது.

சாய்தல்-3

அதற்கப்புறம், பாதல் சர்க்கார், தான், பழனிவேலனுக்கும் முத்துராமலிங்கத்திற்கும் (படம் 1-ஐப் பாருங்கள்) - படத்தில் 1க்கும் இரண்டுக்கும் இடைப்பட்ட பகுதியை பாதல் சர்க்கார் சொல்லுகிறார். இடையில் சாய்ந்தால் அல்லது முத்துராமலிங்கத்திற்கும் அரவிந்தனுக்கும் இடையில் இருக்கிற இடைவெளியில் சாய்ந்தால், அல்லது அரவிந்தனுக்கும் ஆல்பர்ட்டுக்கும் இடையில் சாய்ந்தால் அல்லது ஆல்பர்ட்டுக்கும் பழனிவேலனுக்கும் இடையில் உள்ள காலி இடத்தை நோக்கிச் சாய்ந்தால், எப்படி தாங்கி கீழே விழாமல் பிடித்து நிமிர்த்துவது என்று சொல்கிறார். பழனிவேலனுக்கும் முத்துராமலிங்கத்திற்கும் இடையே உள்ள இடைவெளியில் சாயும்போது, பழனிவேலனும் முத்துராமலிங்கமும் தங்களுடைய கைகளை ஒரே சமயத்தில் நீட்டி, அவரைக் கீழேவிழாமல் தாங்கிப்பிடித்து நிமிர்த்த வேண்டும். அதேபோல 2க்கும் 3க்கும் உள்ள இடைவெளியில், 2ம் 3ம், 3க்கும் 4க்கும் உள்ள இடைவெளியில், 3ம் 4ம், 4க்கும் 1க்கும் உள்ள இடைவெளியில், 4ம் 1ம், பாதல் சர்க்காரைத் தாங்கிப்பிடித்து நிமிர்த்த வேண்டும். ஆக ஒவ்வொரு வரும், தங்கள் பக்கத்திலிருக்கிற, மற்றவரின் துணைகொண்டு பாதல் சர்க்காரை கீழே விழுந்துவிடாமல் காக்க வேண்டும். இந்த விளையாட்டும் வரிசைக் கிரமமாக உள்ள இடைவெளியில், பாதல் சர்க்கார் சாய்வதாக, கொஞ்ச நேரம் விளையாடப்பட்டு, அப்புறம், விளையாட்டை நிறுத்தி, பாதல் சர்க்கார் சொன்னார்.

சாய்தல்-4

நான் இப்போது, எந்தப் பக்கம் வேண்டுமானாலும் சாயப் போகிறேன். அதாவது, நேராகவோ, பக்கவாட்டிலோ, பின்புறமாகவோ அல்லது நான்கு இடைவெளிகளில் ஏதாவது ஒன்றை நோக்கியோ, இப்படி எட்டு திசைகளிலும் எந்தத் திசையை நோக்கியும் நான் கீழே சாயத் தொடங்கி விளையாடப் போகிறேன். நீங்கள் என்னை கீழேவிழாமல் தாங்கி நிமிர்த்தப் போகிறீர்கள், சரிதானா?

ஆச்சரியம். இப்போது இந்த விளையாட்டில் தவறே இல்லை. இயல்பாக, பாதல் சர்க்காரின் உடல் எந்தப்பக்கம் வேண்டுமானாலும் சாய்ந்து விழத் தொடங்குகிறது. அவர் உடல் கீழே விழுவதற்கு முன்னமேயே, விதிமுறைகளின்படி, தாங்கிப் பிடித்து நிமிர்த்தப் படுகிறார். இந்த விளையாட்டின் உற்சாகம், நாங்கள் ஐந்து ஐந்துபேராக, குழுக்களாகப் பிரிந்து விளையாடத் தொடங்கும் போதுதான் தெரிந்தது.

நம்மைத் தாங்குவதற்காக, காத்து நிற்கும் நால்வரின்மீது நமக்கு நம்பிக்கைகள் பெருகத் தொடங்கி முழுமை பெற்றதும் கீழே விழுதல் ஒரு அற்புதமான அனுபவமாயிருந்தது. காற்றில் நாணல் போல, எந்தப்பக்கம் வேண்டுமானாலும் நாம் கீழே விழலாம். நம்முடைய உடலுக்கு அடிபடப் போவதில்லை என்ற நம்பிக்கைவேர் தழைத்துவிடுகிறது. ஐந்து ஐந்து பேர் கொண்ட குழுவாகப் பிரிந்து, அந்த நீண்ட பந்தலின் கீழே, விளையாடத் தொடங்கியதும் பாதல் சர்க்கார், அந்த விளையாட்டு முடிகிறவரை, ஒவ்வொரு குழுவாகச் சென்று, பக்கத்தில் இருந்து கவனித்து தவறுகளை திருத்தினார். இரண்டு மூன்று குழுக்களில் ஒரே மாதிரியான தவறைச் சந்திக்கும்போது விளையாட்டை நிறுத்தி, பொதுப்படையான தவறைச் சுட்டிக்காட்டி திருத்தம் சொன்னார்.

ஆரம்பத்தில் எங்களுக்குள்ளே வந்த தவறுகள்,

1) பயந்துகொண்டே, பிடிப்பார்களோ, பிடிக்கமாட்டார்களோ, என்று சரியாக சாயாமல், தயங்கித் தயங்கி சாய்தல். இதைத் தவிர்க்க ஒரே வழி - தாங்கப் போகிறவர்மீது நம்பிக்கை வைப்பதுதான்.

2) அதேபோல, சரியான இடங்களில் கைகளை, வைத்து தாங்கிப் பிடிக்காமல், விழுகின்றவரின் உடலில் ஏதாவது கைக்கு கிடைத்த இடத்தில், வைத்துத் தாங்குதல். இப்படித் தாங்கினால், விழுகிற வருக்கு கஷ்டம். தாங்குகின்றவர்களுக்கும் விழுபவரின் பளு சீராக விநியோகிக்கப்படாததால், தாங்குவது கஷ்டமாயிருக்கும்.

3) விழுகிறவரைத் தாங்கும்போது, நமது கால்களை சிறிதே அகற்றி நின்றுகொண்டு தாங்கினால் தாங்குகிறவர்களுக்கும் சமநிலை (Balance) கிடைக்கும். ஒரு முக்கியமான விஷயம். ஒவ்வொரு குழுவிலும் ஐந்துபேரும் ஐந்து நிலைகளிலும் இருந்து விளையாடிப் பயிற்சி பெற்றாக வேண்டும்.

இந்த விளையாட்டில் பாதியில், மதிய உணவு இடைவேளைக் காகக் கலைந்தோம்.

உணவு. சோழமண்டலின், மரங்கள் நிறைந்த இயற்கையான சூழலில் மரங்களின் நிழலில், மரத்தடிகளில், சோறு, சாம்பார், ரசம், காய்கறிகள், மோர் எல்லாவற்றையும் ஒவ்வொரு பாத்திரத்திலும் மணி கொண்டுவந்து வைத்திருப்பார். நாங்களே, அங்கே அதன் பக்கத்தில் அடுக்கிவைக்கப்பட்டிருக்கும் தட்டுகளை எடுத்துக் கொண்டு, எங்களுக்குத் தேவையான உணவுகளை, நாங்களே பரிமாறிக் கொண்டு, மரப்பெட்டி, தரை, பூமிக்குமேலே முட்டாக எழும்பியிருக்கும் மரவேர்கள், தரையில் கிடந்த பாறாங்கற்கள், மரங்களுக்குக் கீழே, புல்வெளியிலான தரை, இப்படி கிடைத்த இடங்களில் உட்கார்ந்துகொண்டு, அன்றைய முற்பகல் பொழுதின் வித்தியாசமான அனுபவங்களைப் பற்றி சிரித்துப் பேசிக்கொண்டு கேலியும் கிண்டலுமாய் அந்த பத்து நாட்களும் பசியாறியதே இப்படித்தான்.

அக்னி. இதோ அக்னிபுத்திரன், ஜிப்பாவும் வேஷ்டியுமாக, கையில் ஒரு பெட்டியோடு வருகிறார். வீதியில் சம்பந்தப்பட்ட ராஜேந்திரன், விவேகானந்தன், பூமணி, கே.வி.ராமசாமி, பாரவி எல்லோருக்கும் வருத்தம்தான் அவர் தாமதமாக வருவதைப்பற்றி. ஆள் ஆளுக்கு, அவர் வந்ததும் வராததுமாக, சோழமண்டல் வாயிற் படலைத் திறந்துகொண்டு உள்ளே நுழைந்ததும் நுழையாததுமாகவே பிடித்து உலுக்கு உலுக்கென்று உலுக்கியிருக்கிறார்கள். ஏன் லேட்? ஏன் லேட்? என்று, ஆனால் அவர், முதல்நாளே சொல்லி அனுப்பி யிருக்கிறார். காலையில் கொஞ்சம் தாமதமாக வருவேன். கல்லூரிக்குப் போய், லீவுக்கு ஏற்பாடு செய்துவிட்டு வருகிறேன் என்று.

அது தெரியும் வீதியின் நண்பர்களுக்கு. ஆனாலும் காலையில் எவ்வளவு முக்கியமான அடிப்படைகளை, அவர் கலந்துகொள்ள முடியாமல் விட்டிருக்கிறார் என்று ஆதங்கம்.

அக்னி வீதியிலும் பரீக்ஷாவிலும் தீவிர பங்கேற்பவர். நடிப்பதோடு அல்லாமல், வீதி, இந்தப் பட்டறைக்காக, துண்டுவிழும் 1100 ரூபாய்களை நன்கொடைகளாக, திரட்ட, 'வீதி'யின் நண்பர்கள் அலைந்து திரிந்து ஒவ்வொருவராகச் சென்று பார்த்தபோதெல்லாம் எவ்வளவு கஷ்டப்பட்டு உழைத்தார் என்பதுவும் அவனுக்குத் தெரியும்.

ஆனாலும், அவனுக்கும் பொறுக்கவில்லை. அக்னி எதிர்ப் பட்டதுமே, கடுமையாக இதைவிட முக்கியமான வேலை என்ன உங்களுக்கு, அக்னி? என்று, இதுவரை எப்போதுமே அவரிடம் சினந்து பேசாத அவனும் அவரைக் கேட்டவுடன், படீரென்று வெடித்தார். “என்ன இது, எல்லோரும் இப்படி” என்று.

ஆனால் அதற்குப்பிறகு, நண்பர்கள் உடனடியாக போட்டி போட்டுக்கொண்டு, பிற்பகல் பட்டறை துவங்குவதற்கு முன்னமே, தாங்கள் கற்றுக்கொண்டதை இன்னொருவருக்குச் சொல்லித்தரும் மகிழ்ச்சியுடனும் பெருமையுடனும் அவருக்கு, முற்பகல் பட்டறையில் நடந்தவற்றைப் பயிற்றுவித்தார்கள். அவரே பயிற்றுவிக்கும் தொழில் செய்பவர்தான். ஆனால், புதிய விஷயங்களுக்கு எப்போதும் அவர் மாணவர்தான். அவரின் அந்த சகிப்புத்தன்மை பற்றி, பத்து ஆண்டுகளுக்கு மேலாக, அவனுக்குத் தெரியும். தமிழ்நாட்டில், பண, மனச் சிரமங்களையெல்லாம் பொருட்படுத்தாது, சின்னச் சின்ன பத்திரிகைகள் தமிழில் வெளிவந்து கொண்டிருப்பதற்கும் மனத் தளர்ச்சியடையாமல், வீதி, பரீக்ஷா போன்ற புதிய முயற்சிகள் தட்டுத்தடுமாறி, கலை உலகில் தவழ்ந்துகொண்டிருப்பதற்கும் ஈரமான இதயத்தோடு, எல்லாவிதமான உழைப்புகளையும் சலிக்காது தந்து கொண்டிருப்பவர்.

அவன் இப்படி பலவற்றை யோசித்தான். எல்லாம் கூப்பிடு தூரத்தில் இருந்தும் ஒரு சூழ்நிலையில் கையில் காசில்லாமல் இந்தச் சிங்காரச் சென்னையில் எத்தனையோ ஆயிரக்கணக்கான பேர்களைப் போல, அவனும் பட்டினி கிடக்க நேர்ந்தபோது, கண்கள் இருட்டி நின்றபோது, முன்பின் யார் என்று தெரியாமலே, வயிறார உணவு கொடுத்து, ஊருக்கு டிக்கட் வாங்கிக் கொடுத்து, வழிச் செலவுக்கும் பணம் கொடுத்து, இப்படிப்பட்ட ஈரமான அக்னியைத் தான் அவன் முதன்முதலாக அறிமுகம் கொள்ளும்போது சந்தித்தான்.

பெரிய மிட்டா மிராசுகளுக்கு, தொழில் அதிபர்களுக்கு, இந்த நாடகப்பட்டறை நடத்துவதற்கு செலவான சுமார் 4000 ரூபாய் ஒரு பொருட்டான தொகையாக இருக்காது. ஒருவேளை, அவர்களை அணுகியிருந்தால் இதற்கும் கொடுப்போமே என்று கொடுத்திருப் பார்களோ என்னவோ! ஆனால் வீதிக்காரர்கள், பிடிவாதமாக இதற்குரிய செலவுத் தொகையை, சாமான்யர்களிடம், இது போன்ற நவீன கலை அம்சத்தின்பால், ஈடுபாடு கொண்ட மத்தியதர வர்க்கத் திடம் சென்று, துண்டு விழுந்த தொகைக்கான நன்கொடைகளை

வசூலித்தே தீருவது என்று உறுதியாக இருந்து, இந்தப் பட்டறையை சாத்தியமாக்கியிருக்கிறார்கள்.

நன்கொடைகள் என்று நினைக்கும்போது, அவனும் கூடத்தான் அலைந்தான். ஆனால் அலைவதில் என்ன இருக்கிறது. ச.சீ.கண்ணன், பி.ஆர். சுப்பிரமணியம், க்ரியா ராமகிருஷ்ணன் போன்ற அற்புதமான மனிதர்கள், இந்தப் பட்டறைக்கான உதவிகள் செய்வதை, தங்களுடைய கடமையாக நினைத்து உதவி செய்ததெல்லாம் இதற்காக அலைந்த போதல்லவா தெரிந்தது. தங்கள் சக்திக்கு மீறிய தொகைகளை சொந்தச் சிரமங்களை நினைத்துப் பாராமல் நன்கொடையாக கொடுத்துவிட்டு, நீங்கள் எல்லோரும் சேர்ந்து இன்னின்னாரை போய்ப் பாருங்கள் என்றெல்லாம் ஆலோசனைகள் சொன்னவர்கள். ஒரு பந்தல் போடுவது போன்ற சாதாரண காரியங் களுக்குக்கூட இவர்கள் ஒரு நல்ல காரியத்திற்காக சிரமப்படு கிறார்கள். நம்மால் முடிந்ததைச் செய்வோம் என. இந்தப்பட்டறை யுடனோ, வீதியுடனோ, எந்தவித தொடர்பும் இல்லாமலேயே வீதி நாடகங்களை மெரினா கடற்கரையில் பார்த்த ஒரு அனுபவத்தின் அடிப்படையிலேயே, இதற்காக உதவ முன்வந்த ராம்ராஜ், இப்படி எத்தனையோ மனிதர்களை இந்தப் பட்டறை இனம் காட்டியது. காசு பணம் இதில் முக்கியமல்ல. இந்த உதவிக்குப் பின்னே இருந்த மனம்.

பட்டறையின் பிற்பகல் பயிற்சிக்கான நேரம் நெருங்கிக் கொண்டிருந்தது. அந்தப் பட்டறை ஆரம்பித்த விதமும் அவனுள்ளே அந்தப் பட்டறை எப்படி வாழ்நாள் முழுதும் நினைவில் தேங்கி நிற்கப்போகிறது என்பதுவும் அவனின் மனதில் மேகமூட்டமாய் பரவியிருந்தது.

நம்பிக்கை விளையாட்டு:- தூக்குதல் (ஆறு பேர்)

ஆறு பேரைக் கூப்பிடுகிறார். ஆறு பேரையும் எதிர் எதிராக சுமார் மூன்றடி தூர இடைவெளியில், இரண்டு வரிசையாக நிறுத்தி வைக்கிறார். பட்டறைவாசிகள் உன்னிப்பாகக் கவனித்துக் கொண்டிருக்கிறார்கள்.

ஆறு பேரை அப்படி நிற்கவைக்கும்போது, ஒவ்வொரு வரிசையிலும் மூன்று மூன்று பேராக. ஒருவருக்கொருவர் இடை வெளி சுமார் 1½ அடி இடைவெளி இருக்கிறது.

அந்த இரண்டு வரிசைகளுக்கும் நடுவில் வட்டத்திலிருந்து ஏழாவதாக ஒருவரைக் கூப்பிட்டு தரையில் மல்லாந்து படுக்க வைக்கிறார். படுத்திருப்பவர் தன்னுடைய கைகள் இரண்டையும் மார்போடு சேர்த்து வைத்திருக்கிறார்.

$$\frac{1 \quad 2 \quad 3}{4 \quad 5 \quad 6}$$ படுக்க வைக்கப்பட்டிருக்கும் மனிதன்

ஆறு பேரும் குனிந்து, கீழே படுத்திருக்கும் மனிதனை தூக்க வேண்டும். தூக்கும்போது, தூக்குகின்ற ஆறு பேருடைய கைகளும் தூக்கப்படும் மனிதனின் பின்புறத்தில் தாங்கித் தூக்க வேண்டும்.

ஆறு பேருடைய 12 கைகள் படுத்திருக்கும் மனிதனுடைய உடலின் பின்புறத்தில் ஒருவர் கைமீது மற்றவரின் கை இடிக்காமல் வைத்துத் தூக்கவேண்டும்.

1ம் 4ம், படுத்திருக்கும் மனிதனின் கழுத்தில் கைவைத்து தூக்காமல் கழுத்துக்குச் சற்றுக் கீழே கைகளைக் கொடுத்து, தூக்குவதற்கு தயாராக வைத்துக்கொள்ள வேண்டும்.

2ம் 5ம், படுத்திருக்கும் மனிதனின் பின்புறத்தில் இடுப்புப் பகுதியையும் அதற்குக்கீழே பிருஷ்ட பாகங்களிலும் கைகளை அடியில் கொடுத்து தூக்குவதற்குத் தயாராக இருந்துகொள்ள வேண்டும்.

3ம் 6ம் படுத்திருக்கும் மனிதனின் பின்புறத் தொடைப் பகுதி களையும் கால்களின் முழங்கால்களுக்கும் கீழே, ஆடுசதையின் பகுதியில் கைகளைக் கொடுத்துத் தூக்குவதற்குத் தயாராய் நிலை எடுத்துக்கொள்ள வேண்டும்.

தூக்குவதில் முதல் நிலை: மேற்சொன்ன நிலைகளில் கைகளை வைத்து, மெதுவாக படுத்திருக்கும் மனிதனை முதலில் நின்று கொண்டிருப்பவர்களின் இடுப்பளவு உயரத்திற்கு தூக்கி, அந்த நிலையில் கொஞ்ச நேரம் படுத்திருக்கும் மனிதனை தாங்கிக் கொள்ள வேண்டும்.

தூக்குவதில் இரண்டாம் நிலை: இடுப்பளவு தூக்கி படுக்கை வசத்தில் இருக்கும் மனிதனை அப்படியே மெதுவே நின்று கொண்டிருப்பவர்களின் தலை உயரத்திற்குத் தூக்க வேண்டும். இடுப்பளவு தூக்கியதைவிட இப்போது, படுத்திருக்கும் மனிதனின் பளு அதிகமாக, தூக்கிக் கொண்டிருப்பவர்களால் உணரப்படும்.

தலையளவு தூக்கப்பட்டிருக்கும் மனிதன் தூக்கிக் கொண்டிருப் பவர்களின் 12 கைகளில் படுத்திருக்கிறான். நீட்டப்பட்ட 12 கைகளில்.

முக்கியமான விஷயம் தூக்கப்படும் மனிதன், சமநிலையில் படுக்க வைக்கப்பட்டிருக்கும் நிலை, தூக்கப்படும்போதும் தூக்கி கைகளால் தாங்கிக் கொண்டிருக்கும்போதும் இருத்தல் வேண்டும். ஏற்ற இறக்கமாக, தலைப்பகுதி உயரமாக, கால்பகுதி இறக்கமாக அல்லது கால்பகுதி உயரமாக அல்லது தலைப்பகுதி இறக்கமாக, இருத்தல்கூடாது. பொதுவாக, படுக்க வைக்கப்பட்டிருக்கும் மனிதனின் பளு, உடலின் மேற்புறத்தில் (இடுப்பு, மார்பு, தலை) ஆகிய பகுதிகளில் அதிகமாக இருக்கும். இடுப்புக்கு கீழே, தொடை, கால்கள், ஆகிய பகுதிகளில் குறைவாக இருத்தல் இயல்பு. ஆகவே ஆறு பேரும் படுக்கையில் இருக்கும் மனிதனை சம நிலையிலேயே தூக்குவதில் எல்லோருக்கும் பொறுப்பு இருக்கிறது. மற்றவரை அனுசரித்து, அவர்களுடைய தூக்கும் வேகத்திற்கு இணையாகவே தூக்குதல் ஒரு முக்கியமான பயிற்சி. இது பழகப்பழகச் சரியாகும். பிறத்தியாரைப் பார்த்து "வேகமாக தூக்காதீர்கள் அல்லது ரொம்ப மெதுவாக தூக்குகிறீர்கள் என்று குறை சொல்வது எளிது. ஆனால் இந்தப் பயிற்சியில் அப்படிச் சொல்லுகின்ற மனோபாவம் தவிர்க்கப்படுதல் வேண்டும்.

தூக்குவதில் மூன்றாம் நிலை: நின்று கொண்டிருப்பவர்களின் தலை உயரத்திற்கு தூக்கப்பட்டிருக்கும் மனிதன், இனி, தலைக்கு மேலே, நமது கைகளை உயர்த்தக்கூடிய அளவுக்கு தூக்கப்படுதல் வேண்டும்.

முதல் நிலையிலிருந்து இரண்டாம் நிலைக்குத் தூக்குவது எளிது. தலைக்குமேலே தூக்கப்படும்போது, மேலே படுத்த நிலையில் தூக்கப்படுகின்ற மனிதன், கீழே விழுந்துவிடுவதற்குரிய அபாயம் இருக்கிறது. இது நம்பிக்கை விளையாட்டு. அப்படித் தூக்கப் படுகின்ற மனிதன், தூக்குகின்ற ஆறு பேரின்மீது அசாத்திய நம்பிக்கை வைத்திருப்பது உங்களுக்குத் தெரியும். அந்த நம்பிக்கைக்கு ஏற்ற மாதிரி நீங்கள் நடந்துகொள்வதற்குரிய மனப்பயிற்சியைத்தான் இந்த விளையாட்டின் மூலம் நாம் பெறப்போகிறோம். அதேபோல தூக்கப்படும் மனிதனின் மனதில், தூக்குகின்றவர்கள் தன்னை எந்த நிலையிலும் அடிபடவிடமாட்டார்கள் என்ற நம்பிக்கை. விட்டுவிடுவார்களோ, மீனாட்சி - ஒல்லியாக இருக்கிறாரே, நம் பளுவைத் தாங்குவாரோ என்னவோ என்றெல்லாம் சந்தேகப்பட்டு

படுத்துக்கொண்டிருக்கக்கூடாது. சரி, தலைக்குமேல் இப்போது தூக்கிவிட்டோம். ஒண்ணு, ரெண்டு, மூணு, என்று மூன்று எண்ணுங்கள். 'மூணு' என்று சொல்லி முடித்ததும் தலைக்கு மேலே தூக்கப்பட்டு, தாங்கப்பட்டிருக்கும் மனிதனின், பின்புறத்தி லிருந்து ஒரே நேரத்தில், உயர்த்தப்பட்டிருக்கும் உங்கள் 12 கைகளையும் மின்னல் வேகத்தில் கீழே விடுங்கள்.

உங்கள் கைகளின் ஆதரவில்லாத அந்த மனித உடல், கீழ் நோக்கி விழும். அந்த உடல் கீழ்நோக்கி விழுகின்ற வேகத்திற்கு இணையாக, அந்த உடலை, நின்றுகொண்டிருப்பவர்களின் இடுப்பளவு உயரத்தில், கீழ்நோக்கி விழுந்துகொண்டிருக்கின்ற மனிதனை 12 கைகளாலும் தாங்கிப் பிடித்துக்கொள்ள, தயாராக (இடுப்பளவு உயரத்திற்கு, முதல் நிலையில் தூக்கினீர்களே, அப்போது தாங்கிய கைகள் வைக்கப்பட்டிருந்த நிலையில்) வைத்துக்கொள்ள வேண்டும்.

அந்த உடல் இப்போது இடுப்பளவு உயரத்தில், தாங்கிப் பிடிக்கப் பட்ட பிறகு, மெதுவாக, கீழே, ஆறுபேரும் ஒரே சமயத்தில் குனிந்து தரையில் கிடத்தப்படுகிறது. இதில் கவனிக்க வேண்டிய முக்கியமான விதிமுறை:

மேலே இருந்து உடல் கீழே விழுகின்றபோது, தலையை முன்புறமாய் நீட்டிவிடாமல் எச்சரிக்கையாக இருக்க வேண்டும். நின்றுகொண்டிருந்த ஆறு பேரும், அதேபோல அந்த நிலையில், படுத்திருக்கும் மனிதன், மார்போடு சேர்த்துவைத்திருக்கின்ற இரண்டு கைகளையும் பிரிக்கக்கூடாது. ஏழு, ஏழுபேர் கொண்ட குழுக்களாக பிரிந்துகொள்ளுங்கள். அவசரப்படாமல், ஒவ்வொரு நிலைகளாக விதிமுறைகள் எல்லாவற்றையும் அனுசரியுங்கள்.

ஏழு பேர் கொண்ட குழுவில், ஏழு பேரும் தூக்கப்படுபவராகவும் பயிற்சிபெற வேண்டும். தூக்குகின்ற, ஆறு பேர் ஸ்தானங்களிலும் இருந்தும் பயிற்சிபெற வேண்டும். இதில் ஏதாவது ஒரு ஸ்தானத்திலிருந்து பயிற்சிபெறாது போனாலும் விளையாட்டு முழுமை கொண்டதாகாது என்று சொல்லிவிட்டு, இந்த விளை யாட்டை நடத்திக்காட்டிய பிறகு ஏழு ஏழு பேராகப் பிரிந்து இந்த விளையாட்டை விளையாடத் துவங்கினோம். மொத்தம் பட்டறைவாசிகள் 27. அந்தனி ஜீவா இன்னமும் சிலோனிலிருந்து வரவில்லை. ஆகவே, பாதல் சர்க்கார், பிரிந்த நான்கு குழுக்களிலும் கொஞ்சநேரம், கொஞ்சநேரம் பங்குபெறுபவராக

இருந்து அந்தக் குழுவின் தவறுகளைச் சரிசெய்து, அதற்குப்பிறகு வேறு குழுவிலிருந்து ஒருவரை, தான் பங்கேற்ற குழுவில் கூப்பிட்டு கலந்துகொள்ளச் சொல்லி, அடுத்த குழுவுக்குப் போய்......... இப்படியே இந்த விளையாட்டு நீடித்தது.

நம்பிக்கை விளையாட்டு :- (தூக்குதல்) (மூன்று பேர்)

அதற்குப் பிறகு, அதே விளையாட்டு. ஆனால் இந்த முறை தூக்குபவர்கள் ஆறுபேர் அல்ல. மூன்று பேர் மட்டும்.

$$\frac{1 \quad\quad 2}{3}$$ படுத்திருக்கும் மனிதன்

படத்தில் காட்டியபடி நிறுத்தப்படல் வேண்டும். மற்ற விதிமுறைகள் அனைத்தும் அப்படியே, என்று சொல்லி பாதல் சர்க்கார், இந்த விளையாட்டு விளையாடும் முறையைச் சொல்லிக் கொடுத்தார்.

1ஆவது இடத்தில் நிற்கும் மனிதன் படுத்திருக்கும் மனிதனுக்கு தலைப்பக்கத்தில்,

2ஆவது மனிதன், அதே வரிசையில், நான்கு அடி தள்ளி, படுக்க வைக்கப்பட்டிருக்கும் மனிதனின் கால்களுக்கு அருகில்.

3ஆவது மனிதன், எதிர்வரிசையில் படுத்திருக்கும் மனிதனின் இடுப்புப்பகுதியில்.

முதலில் ஆறுபேர் தூக்கும்போது, நான்கு குழுக்களாகப் பிரிந்து விளையாடினோம். இப்போது ஏழு குழுக்களாகப் பிரிந்து விளையாடினோம். முன்போலவே, இப்போதும் பாதல் சர்க்கார், எல்லாக் குழுவிலும் கொஞ்சநேரம் சேர்ந்து விளையாடி, தவறு களைத் திருத்தினார். தாங்கிப்பிடிக்கும் கைகளை, படுத்திருக்கும் மனிதனின் முதுகுப் புறத்தில் சரியான இடைவெளிவிட்டு தூக்குதல் வேண்டும்.

நம்பிக்கை விளையாட்டு :- (தூக்குதல்) (இரண்டு பேர்)

அதற்குப் பிறகு, தூக்குபவர்களாக இரண்டுபேர்களை மாத்திரம் நிறுத்திவைத்து இந்த விளையாட்டு.

$$\frac{1}{2}$$ படுத்திருக்கும் மனிதன்

படத்தில் காட்டியபடி தூக்குபவர்கள் நிற்க வேண்டும். 1ஆவது நிலையில் இருப்பவர் படுத்திருக்கும் மனிதனின் ஒரு பக்கத்தில் தோள்பகுதிகளுக்கு அருகே, 2ஆவது நிலையில் இருப்பவர், படுத்திருக்கும் மனிதனின் இடுப்புப் பகுதிக்குச் சற்றுத் தள்ளி, பிருஷ்ட பாகங்களின் பக்கவாட்டில், 1ஆவது மனிதனுக்கு எதிர்வரிசையில்.

மற்ற விதிமுறைகள் முன்பு சொன்னதைப் போலவே, இது ரொம்பவும் கஷ்டமான பயிற்சி. ஆறுபேர், மூன்று பேர் ஆகியவற்றில் நல்ல பயிற்சிபெற்ற பிறகே, இந்த விளையாட்டை விளையாடத் துவங்கவேண்டும்.

இந்த விளையாட்டுகளை, முதலில் தூக்கிப் பயிற்சி பெறுவது, அப்புறம் தூக்கி கீழே விடுவது என்று முறையாகப் பயிற்சி பெறுதல் மிகவும் முக்கியமானது.

நம்பிக்கை விளையாட்டு :- (குதித்தல்) (ஆறு பேர்)

மேற்சொன்னவைகளில் தேர்ச்சிபெற்ற பிறகு, இந்த விளை யாட்டின் தொடர்ச்சியாக, அடுத்த கட்டத்தை விளக்கினார்.

$$\frac{1 \quad 2 \quad 3}{4 \quad 5 \quad 6} \quad 7$$

ஆறுபேர், வரிசையாக படத்தில் காட்டியபடி எதிர் வரிசைகளில் விளையாட்டின் ஆரம்பத்தில் நின்றதைப் போல, நின்றுகொள்ள வேண்டும். கீழே படுக்கவைக்கப்பட்டிருக்கும் மனிதனுக்குப் பதிலாக, அந்த மனிதன் 7 என்று படத்தில் காட்டப்பட்டிருக்கும் இடத்தில் நின்றுகொள்ள வேண்டும். நின்ற இடத்திலிருந்து, கொஞ்சம், எம்பி, நீச்சல் குளத்தில், ஸ்பிரிங் போர்டில் இருந்து, எழும்புவதைப் போல - ஆனால் கொஞ்சம் எம்பி, நீருக்குள் நீந்துவதற்கு விழுவதைப் போல், கைகள் இரண்டையும் உயர உயர்த்தி, இரண்டு வரிசைகளாக மூன்று மூன்று பேராக, எதிரெதிர் வரிசைகளில் நின்றுகொண்டிருக்கும் இரண்டு வரிசைகளுக்கு இடையில் நீச்சல் குளம் இருப்பதைப் போல நினைத்துக்கொண்டு, பாய்ந்து விழவேண்டும். விழுபவருக்குத் தெரியும், நீச்சல் குளத்தில், தண்ணீர் எவ்வளவு தூரத்திற்கு இருக்கிறது,

ரொம்பவும் தாண்டி விழுந்தால், தரையில்தான் விழுவோம். தண்ணீரில் விழமாட்டோம் என்று. அதே மனப்பான்மையை இங்கேயும் செலுத்தி, ஆறுபேர் நிற்பதை மனதில் வாங்கிக்கொண்டு, அதற்குத் தகுந்தாற்போல, எம்பிப் பாயும் வேகத்தை அமைத்துக் கொள்ள வேண்டும் என்பதற்காகச் சொல்கிறேன் என்று சிரித்துக் கொண்டே சொல்கிறார் பாதல் சர்க்கார்.

அப்படி, எம்பி, படுக்கை நிலையில் நீரில் பாய்பவரை, இடுப்பளவு உயரத்தில், நின்றுகொண்டிருப்பவர்கள் தங்கள் கைகளை நீட்டித் தாங்கிக்கொள்ள வேண்டும். பாய்பவர், கீழே தரையில் விழுந்து விடாமல், பாய்பவரின் நீட்டப்பட்ட கைகளும் தலையும் 1க்கும் 4க்கும் வெளியே இருப்பதைப்போல விழவேண்டும். அதிகமாகப் பாய்ந்தால், 1ம் 4ம் தாண்டி, தரையில் விழ நேரும்.

இந்த விளையாட்டையும் முதலில் போலவே, நான்கு குழுக் களாகப் பிரிந்து, விளையாடிப் பயிற்சிபெற்றோம். இதிலே, பாய்ந்து குதிப்பவராகவும் அவரைத் தாங்கிக்கொள்கிற ஆறு பேர்களுடைய ஆறு ஸ்தானங்களில் இருந்தும் ஒவ்வொருவரும் பயிற்சிபெறுகின்றவரை இதை விளையாடினோம்.

நம்பிக்கை விளையாட்டு : (ஓடிவந்து குதித்தல்) (ஆறுபேர்)

அப்புறம், இதே விளையாட்டை, ஒரு சிறு மாறுதலுடன் விளையாடச் சொன்னார்.

$$\frac{1 \quad 2 \quad 3}{4 \quad 5 \quad 6} \times 7$$

ஒரு சிறு வித்தியாசம். குதிப்பவர், நின்று கொண்டிருப்பவர்களிட மிருந்து, ஒரு பதினைந்து அடி தூர இடைவெளியில், மேலே படத்தில் 7 என்று குறிப்பிட்டிருக்குமிடத்திலிருந்து, ஓடிவந்து, 3க்கும் 6க்கும் இடையில் ஏற்கெனவே, ஸ்பிரிங் போர்டு இருந்ததைப் போல அனுமானித்தோமோ, அந்த இடம்வரை (படத்தில் X என்று குறிப்பிட்டுக் காட்டியுள்ள இடம்வரை) ஓடிவந்து, முன்பு போலவே, தண்ணீரில் பாய்வதைப்போல, இரண்டு கைகளையும் மேலே உயர்த்தி, எம்பிக்குதித்து, ஆறுபேரின் கைகளில் பாய்தல் வேண்டும். நீங்கள் குதிப்பதற்கு முன்னமேயே, அவர்கள் தங்கள் கைகளை இடுப்பளவு உயரத்தில் நீட்டி, உங்களைத் தாங்குவதற்கு தயாராய் வைத்திருக்கமாட்டார்கள். நீங்கள் குதித்துப் பாயும்போதுதான்,

அவர்கள் ஒரே நேரத்தில், தங்கள் கைகளை நீட்டி இடுப்பளவு உயரத்தில் தாங்குவார்கள்.

விதிமுறைகள் எதையும் மறக்காதீர்கள் என்று சொல்லி, விளையாடச் சொன்னார்.

நம்பிக்கை விளையாட்டின், குதித்தல் விளையாட்டையும் எம்பிக்குதித்தல் விளையாட்டையும் விளையாடத் துவங்கும்போது, எங்களைப் பந்தலுக்கு வெளியே அழைத்துச்சென்று, புராதன கிரேக்க தியேட்டரைப்போல, நடுவில் குழிவாக, பெரிய கிணறு போலவும் சுற்றி வட்டமாக காலரி போன்று சுமாராக உயர்ந்து குவிக்கப் பட்டிருக்கும் இடத்தில் பார்வையாளர்கள் அமர்ந்து பார்க்கத்தக்க வண்ணம், கட்டப்பட்டிருந்த, சோழ மண்டலின் திறந்தவெளி நாடக அரங்கத்திற்கு அழைத்துச்சென்று, அங்கே இந்த விளையாட்டை விளையாடச் சொன்னார்.

அந்த திறந்தவெளி நாடக அரங்கு, பட்டறை பந்தலுக்கு அருகாமையிலே இருந்தது. பல விளையாட்டுக்கள் அதற்குப் பிறகு அங்கே விளையாடிப் பழகவேண்டும் என்று பாதல் சர்க்கார் அழைத்துப் போனார்.

காரணம், கிணறு மாதிரியும் கிரேக்க தியேட்டர் மாதிரியும் வட்டமாக அமைந்திருந்த அந்த சோழ மண்டலின் திறந்தவெளி நாடக அரங்கில், நாடகமோ நடனமோ எதுவாயிருந்தாலும் அது நடைபெறும் இடம், என சிமெண்ட்டில் தளமிட்டு, தரை அமைத் திருந்தார்கள் வட்டமாக. ஆகவே நம்பிக்கை விளையாட்டில் நாங்கள் தாங்குபவராயிருந்தாலும் குதிப்பவராயிருந்தாலும் எச்சரிக்கையாக, முழு கவனத்துடன் விளையாடாவிட்டால், சிமெண்ட் தரையில் கீழே விழுந்து அடிபடும் அபாயம் இருந்தது.

இந்த நம்பிக்கை விளையாட்டின் முழுப்பயனையும் பெற அதுபோன்ற சிமெண்ட் தரைகளில், விழுந்தால் தாங்கி பிடிப்பதில் தவறவிட்டால் அடிபடும் என்ற எச்சரிக்கை உணர்வோடு, விளை யாடியது, ரொம்பவும் உபயோகமாயிருந்தது.

Smooth Surface என்ற ராஜாராமின் கடித வரிகளுக்கு அர்த்தங் களை பயிற்சியின்போது உணர்ந்தோம்.

கீழே மணலாக இருந்ததால், கால்கள், பிடிப்பாக தரையில் ஊன்றுவதில், கவனமாகச் செய்ய வேண்டியிருந்தது. அன்று இரவு, கல்கத்தா நாடகச் சூழலைப்பற்றி பொதுவாகச்சொல்லி, தான், மூன்றாவது தியேட்டருக்கு வர நேர்ந்த சூழ்நிலைகளைப் பற்றி, நிறையச் சொன்னார்.

நாடகப் பட்டறை எதிலும் இதுவரை கலந்து கொள்ளாதவர்களுக்கு முதல் நாள் அனுபவமும் அதற்குச் செலவழிக்க நேர்ந்த உடல் உழைப்பும் நிறைய அவர்களைச் சிந்திக்கவைத்தன.

உடல் களைப்பு - புதிதாய் இப்படி பயிற்சிசெய்ய நேர்ந்தவர் களுக்கெல்லாம்.

என்ன தேதி, என்ன கிழமை என்பது பற்றியெல்லாம் மறந்து போய் பட்டறையின் விளையாட்டுகள் அதற்கே உரிய ஒரு லயத்தியில் இயங்கத் தொடங்கியிருந்தன.

சிலை செய்யும் விளையாட்டு

இந்த மனித உடலின் சாத்தியக்கூறுகளை தெரிந்துகொள் வதற்காக இந்த விளையாட்டு. மூன்றாவது தியேட்டரில் மனித உடலே பிரதானமான விஷயம். பார்வையாளர்களின் கவனத்தை ஈர்த்து, சொல்ல வேண்டிய விஷயங்களையெல்லாம், இந்த மனித உடல் கொண்டுதானே சொல்லியாக வேண்டும்.

முதல்நிலை: வட்டத்திலிருந்து, ஒருவர், விளையாட்டுக்காக, தயாராய் வந்து நிற்கிறார்.

முதலில், யாராவது ஒரு பட்டறைவாசியை, வட்டத்திலிருந்து அழைத்து, விளையாட்டைத் தொடங்குவோம்.

வட்டத்திற்கு நடுவில் எல்லோரும் பார்க்க நிற்கிற அந்த மனித உடலின், கைகளை, கால்களை, முகத்தை, என்னென்ன மாதிரியாக எல்லாம் பயன்படுத்தலாம்.

இது உண்மையிலேயே, மனித உடல் இல்லை. கார்வண்ணனின் இந்த உடல் முழுவதும் சிலை செய்வதற்கு உபயோகப்படுத்துற களிமண்ணாய் உருவகப்படுத்திக்கொள்ளுங்கள்.

கார்வண்ணன், உங்களுக்கென்று தனியாக ஒரு உடல் இயக்கம் இல்லை என்று கற்பனை பண்ணிக்கொள்ளுங்கள். இனி, இதோ இங்கே நிற்கும் ஆல்பர்ட், உங்கள் உடலை சிலை செய்யும் களி மண்ணாகப் பயன்படுத்தி, அவருக்கு, உங்களை என்ன மாதிரியான சிலைவடிவம் வேண்டுமோ அதனை அமைத்துக்கொள்வார். நீங்கள் கண்களை மூடிக்கொள்ளுங்கள். இனி ஆல்பர்ட் செய்யப்போகிற சிலைக்கு கண்கள் திறந்தபடி இருக்க வேண்டுமானால் அப்போது அவரே சிலையின் கண்களை திறந்துகொள்வார்.

ஆல்பர்ட். இனி நீங்கள் செய்யலாம் என்றதும் ஆல்பர்ட் ஒரு கூரிய சிந்தனை நிரம்பிய பாவனையில், பாதல் சர்க்காரைப் பார்த்துக் கொண்டிருந்தவர், சரி என்று சிந்தனை கலையப் பெற்று சிலை செய்யத் தொடங்கினார்.

ஆல்பர்ட், கார்வண்ணனின் வலக்கை, இப்படித் தூக்கி நிற்க வேண்டும் என்று நீங்கள் பிரியப்பட்டால், அதனை நீங்கள் மிருது வாகச் செய்யுங்கள். இதோ இப்படி மெதுவே தூக்குங்கள். கார் வண்ணன், அவர் எங்கே எந்த நிலையில் உங்கள் கைகளை நிறுத்து கிறாரோ அப்படியே வைத்துக்கொண்டிருக்க வேண்டியது விளை யாட்டின் ஒரு விதிமுறை. உங்களுக்கென்று தனியாக இயக்கம் இல்லை அல்லவா?

ஆல்பர்ட், மெதுவே கைகளை நிமிர்த்தினார். ஒரு கையின் விரல்களை முஷ்டிபோல தயார் பண்ணினார். கால்களை அகற்றி வைத்தார். முழங்கால்களை தனக்குத் தேவையான அளவு வளைத்து வைத்தார்.

தலையை சற்றே பின்னுக்குத் தள்ளினாற் போல, முதுகில் வளையவைத்து, மார்பை நிமிர்த்திவிட்டார். இப்படியே கார் வண்ணனைச் சுற்றிச்சுற்றி வந்து என்னன்னவோ மாறுதல்களை யெல்லாம் செய்தார். அப்படிச் செய்தது தான் கற்பனை பண்ணி யிருக்கிற மாதிரி வந்திருக்கிறதா என்று சற்று தூரத்தில் சென்று பார்க்கிறார். ஏதோ அதிருப்தியுற்றவராக வந்து முகத்தை இன்னும் கொஞ்சம் வலதுபுறமாக மெதுவாகத் திருப்பிவைக்கிறார். கடைசியில் கண்ணின் இமை மேல் மெதுவாய் விரல்களை வைத்து ஒவ்வொரு கண்ணாக திறக்கிறார்.

ஆ... போராடும் ஒரு இளைஞனின் சிலை. ஏதோ கோரிக்கைக்காக கோஷம் போடுகிறான். என்ன தத்ரூபமாயிருக்கிறது. ஆல்பர்ட்

இப்படி பண்ணி முடித்ததும் இரண்டு இரண்டு பேராக, குழுக்களாகப் பிரிந்து, சிலை செய்பவராகவும் சிலை செய்யப்படுவதற்குரிய களிமண்ணாகவும் எல்லோரும் பயிற்சி பெற்றார்கள்.

பல சிலைகளை பாதல் சர்க்கார் பார்த்து, இதை இன்னமும் என்ன செய்து, அழகு கூட்டியிருக்க முடியும் என்றெல்லாம் சிலை செய்பவர்களுக்கு யோசனைகளைச் சொன்னார்.

இது ஒரு அற்புதமான அனுபவமாயிருந்தது. ஒரே ஒரு மனித உடலைக்கொண்டு, என்னவெல்லாம் கற்பனை பண்ணி உருவம் கொடுக்கமுடிகிறது என்று தெரியத்தெரிய அறிதொறும் அறியாமை கண்ட அனுபவம் தேங்கியது.

சிலை செய்தல் : (4 அல்லது 5 பேர் கொண்ட குழுவாக)

இப்படிக் கொஞ்சநேரம் விளையாடிய பிறகு, வட்டமாய் உட்காரச் சொன்னார். நீங்கள் இப்போது ஒரு மனித உடலை வைத்துச் செய்ததை உங்களுக்குத் தேவையான நான்கு அல்லது ஐந்து பேரை வட்டத்திலிருந்து அழைத்துப்போய், உங்களுக்கு என்ன தோன்றுகிறதோ அந்தக் காட்சியை, நீங்கள் எடுத்துப்போகும், மனித உடல்களைக் கொண்டு, சிலைகளாக அமர்த்தும் விளையாட்டில் ஈடுபடுங்கள். நாம் எத்தனை பேர் இருக்கிறோம். 27 ஆ! என்னையும் சேர்த்து 28.

முதல் 4 பேர் சிலை செய்வதற்கு கற்பனைகளோடு காத்திருப்பவர்கள் வாருங்கள். யாராவது அஞ்சுபேர். விவேகானந்தன், பரமேஸ்வரன், கே.வி.ராமசாமி, பிரபஞ்சன்... இங்கே இருக்கிற பாக்கி உள்ள பட்டறைவாசிகளிடம் உங்களுக்குத் தேவையானவர்களை, ஒவ்வொருவராக அழைத்துக்கொண்டு போங்கள். மொத்தம் ஒவ்வொருவருக்கும் ஐந்து பேர். நீங்கள் செய்துமுடித்ததும் சொல்லுங்கள். மற்றவர்கள் உங்கள் படைப்பைப் பார்த்தபிறகு, நீங்கள் அந்தச் சிலைகளை கலைத்துவிடலாம். பிறகு, மற்றவர்கள் முறை. என்ன சரிதானா? எல்லோரும் ஒருமுறை கண்டிப்பாக 5 மனித உடல்களை வைத்துக்கொண்டு சிலை செய்துவிட வேண்டும். அதேபோல சிலை செய்யும் களிமண்ணாகவும் இருந்து பயிற்சி பெற வேண்டும்.

சிலை செய்யப்படும் களிமண்ணாக இருப்பவர்கள், சிலை செய்கிறவர், நம்மை இதுவாகத்தான் ஆக வேண்டும் என்று கற்பனை

பண்ணியிருக்கிறார் போலிருக்கிறது என்று நீங்களாக உடல் அசைவுகளை ஏற்படுத்தி, உதவி பண்ணுவதாக நினைத்து விளையாட்டின் விதிமுறைகளை மீறாதீர்கள். அதேபோல, களிமண்ணாய் இருப்பவர்களிடம் சிலை செய்பவர்கள் அப்படி நில்லுங்கள், இப்படி நில்லுங்கள் என்று வாயால் சொல்லாதீர்கள். பேச்சுக்கே இந்த விளையாட்டில் இடமில்லை என்று மீண்டும் தெளிவாகச் சொன்ன பிறகு, ஐந்து மனித உடல்களை வைத்துக் கொண்டு சிலைகளால் ஆன, கற்பனைக் காட்சிகளை செய்து விளையாடிய விளையாட்டுத் துவங்கியது.

இந்த விளையாட்டில் விளையாடுபவர்கள் கவனிக்க வேண்டிய இன்னுமொரு விஷயம். நீங்கள் சிலைக்காக பயன்படுத்துபவர்களை ரொம்ப நேரம் கஷ்டமானதொரு நிலையில் நிற்க வைக்காதீர்கள். உதாரணமாக ஒற்றைக்காலில் ரொம்ப நேரம் சிலையாக நிற்க வைப்பதைத் தவிர்க்கலாம்.

காட்சிகளைக் காணல்

இந்த விளையாட்டு எல்லோரும் ஒரே சமயத்தில் விளையாடக் கூடியது. நீங்கள் இப்போது வட்டமாக நிற்கிறீர்கள். பந்தலுக்கு உட்பக்கமாக இப்போது பார்த்துக்கொண்டிருக்கிறீர்கள்.

நான் ஒன்று என்று சொன்னதும் இந்தப் பந்தலின் விஸ்தீரணத்தில் எந்த திசையில் வேண்டுமானாலும் நடக்கத் தொடங்குங்கள்.

நான் ஒன்றிலிருந்து பத்துவரை, வரிசையாக எண்ணுவேன். நான் பத்து என்று சொன்னதும் உடனடியாக ஏதாவது ஒரு நிற்கும் சிலை வடிவை (Pose) மனதில் உருவகித்துக்கொண்டு அப்படியே ஆகி, உடல் இயக்கமில்லாது, உறைந்த நிலையில் ஆகிவிடுங்கள். அப்படி நீங்கள் நிற்கின்ற அந்த நிலையிலிருந்து கண்களுக்கு எதெல்லாம் காட்சியாகத் தெரிகிறதோ அதனை பாருங்கள். அமைதி யாக எந்தச் சலனமும் இல்லாமல். அந்த உறைந்த நிலையை கலைப்பதற்கு நான் ஒன்று, இரண்டு, மூன்று, நான்கு, ஐந்து என்று எண்ணுவேன். ஐந்து என்று சொன்னதும் உறைநிலையில் இருந்து இயக்க நிலைக்கு வந்து மீண்டும் நடக்கத் தொடங்குங்கள். மீண்டும் பழையபடி எந்த திசையில் வேண்டுமானாலும். 2, 3, 4, 5, 6, 7, 8, 9, 10 என்று சொல்லி முடித்ததும் மீண்டும் உங்களுக்குத் தோன்றுகிற ஒரு போஸில், உறைநிலை அடைய

வேண்டும். மீண்டும் 1, 2, 3, 4, 5 உறைநிலை கலையும். மீண்டும் 1, 2, 3, 4, 5 இப்படியே நான் நிறுத்துங்கள் என்று சொல்கின்ற வரை. சரிதானா? விளையாட்டுத் துவங்கியது. உறைநிலையில் சிலர் குனிந்து, சிலர் வளைந்து, இப்படி என்னென்னவோ மாதிரியாக பார்த்து, காட்சிகளை காணத் தொடங்கினார்கள்.

மீண்டும் உறைநிலை கலைப்பு. நடை. உறைநிலை. கண்களில் அப்போது தெரியும் காட்சியைப் பார்த்தல், இப்படியே இது தொடர்கிறது.

நம்பிக்கை விளையாட்டு (முதுகில் தூக்குதல்) (இரண்டிரண்டு பேராக)

ஒரு நிலையில், இப்படிக் கொஞ்ச நேரம் விளையாடிய பிறகு, நிறுத்தச் சொல்லி, நம்பிக்கை விளையாட்டு வகைகளில், இன்னொன்றைப் பற்றி விவரிக்கத் தொடங்கினார்.

ஒரு ஆள் மூட்டை தூக்குவதைப் போல இன்னொரு நபரை தன்னுடைய முதுகில் மல்லாக்கப் படுக்கவைத்து (அதாவது தூக்கப்படுபவரின் முகமும் உடலும் விதானத்தை நோக்கியபடி) தூக்கிக்கொண்டு அவருடைய உடலை நம்முடைய குனிந்த முதுகில் வைத்துக்கொண்டு நடக்க வேண்டும்.

ஒல்லியானவர் குண்டானவரைத் தூக்கலாமா? முடியுமா? என்றெல்லாம் பிரச்சினை எழும். விளையாட்டின் முடிவில், அவர் சொல்லிய விதிமுறைகளை எல்லாம் விளையாட்டில் செயல்படுத்திய பிறகு அந்த பிரச்சினை எழவேயில்லை. அந்தப் பட்டறையில் இருப்பதிலேயே மிக ஒல்லியாக இருந்தவர்கள் ரொம்பவும் குண்டாயிருந்தவர்களையெல்லாம் முதுகில் மல்லாக்கக் கிடத்திக் கொண்டு நடந்தார்கள். இதில் இளமை, வயது வித்தியாசம் அதெல்லாம் இல்லை. 50 வயதைக் கடந்த ஒல்லியான பாதல் சர்க்கார் அந்தப் பட்டறையில் உடல் கனமாய் அதிகமாக இருந்தவர்களை சாதாரணமாக முதுகில் கிடத்திக்கொண்டு நடந்தார்.

விதிமுறைகள் இவ்வளவுதான்

1) இரண்டுபேர் தங்களுடைய முதுகோடு முதுகு ஒட்டிக் கொண்டு, எதிர் எதிர் திசையைப் பார்த்தபடி நிற்கவேண்டும்.

2) அப்படி நின்றவாறே, தூக்குகிறவர் தூக்கப்படுபவரின் இரண்டு கைகளுக்கிடையில், அப்படியே பின் பக்கமாகவே தன்னுடைய கைகளைச் செலுத்தி தூக்கப்படுபவருடைய முழங்கைகளுக்கிடையே தன் முழங்கைகளை வைத்து சேர்த்துப் பிடித்துக் கொள்ளுங்கள்.

3) தூக்குகிறவர், தூக்கப்படுகின்றவரை அப்படிப் பிடித்தவாறே, அவரை தன் முதுகில் தாங்கியவாறு முன்நோக்கி மெதுவாகக் குனியுங்கள்.

4) தூக்கப்படுகிறவர், தூக்குகிறவரின் பின்தலையோடு தன் பின் தலையை மெதுவாக இருத்திக்கொள்ளுங்கள்.

6) சமநிலை சரியாக இருக்கிறதா என்று கால்களை அகட்டி சரிபார்த்துக்கொள்ளட்டும் தூக்குபவர்.

7) இப்போது மெதுவாக, தூக்கப்படுகிறவரின் கைகளை பின்புறமாக பிடித்திருந்த உங்கள் கைகளை மெதுவாக விடிவியுங்கள்.

8) அப்படியே மெதுவாக ஒரு அடி, இரண்டு அடி என்று கால்களை எடுத்துவைத்து முன்நோக்கி நடங்கள்.

9) கொஞ்ச தூரம் நடந்ததும் அப்படியே பின்நோக்கி நடந்து வாருங்கள்.

10) புறப்பட்ட இடத்திற்கே வந்துவிட்டீர்கள். கொஞ்சம் நில்லுங்கள்.

11) பின்புறமாய் நடக்கத் தொடங்குவதற்கு முன்பு இருந்தபடியே, உங்கள் கைகளை மெதுவாக பின்புறமாக உங்கள் முதுகில் இருப்பவரின் கைகளுக்கிடையில் செருகி கோர்த்து முழங்கைகளில் பிடித்துக்கொள்ளுங்கள்.

12) அப்படி இறுக்கிப் பிடித்தவாறே மெதுவாக நிமிரத் தொடங்குங்கள்.

13) முற்றாக நிமிர்ந்ததும் கைகளை விடுவியுங்கள். அவ்வளவு தான். நீங்கள் இப்போது மிக கனமான ஒருவரை உங்கள் சக்திக்கு மீறிய கனம் உடைய ஒருவரை தூக்கி, நடந்துவிட்டீர்கள். இது உடல் பலம் மட்டுமல்ல. மனபலமும்தான். தூக்கலாம் என்ற

நம்பிக்கை வைத்தீர்கள். நீங்கள் தூக்கி நடந்து வருவீர்கள் என்று மனப்பூர்வமாக நம்பி, கனமாயிருந்த தூக்கப்பட்டவரும் ஒத்துழைப்புக் கொடுத்தார்.

ஆமாம் உண்மைதான். இருவர் இருவராகப் பிரிந்து விளையாடத் தொடங்கியதும்தான் அந்தப் பயிற்சியின் உண்மையான பயன்களை உணரத் தொடங்கினோம்.

உடற்பயிற்சி: (தலையைச் சுற்றுதல்)

அதற்குப் பிறகு கொஞ்சம் உடற்பயிற்சி. நேராக நிமிர்ந்து நின்று கொண்டு, தலையை மாத்திரம் முதலில் இடப்புறம் முடிந்தவரை சாய்த்து, அப்படியே பின்பக்கமாய் தொங்கவிட்டு, அதற்குப்பிறகு வலதுபுறம் அப்படியே கொண்டு வந்து, அதற்குப்பிறகு மார்புக்கு நேரே, முன்புறமாய்த் தலையைத் தொங்கவிடுதல் ஆகிய நான்கு நிலைகளைச் சொல்லி மெதுவே இப்படிச் செய்யத் தொடங்கி, தலையை மாத்திரம் மெதுவே வலமிருந்து இடமாக ஒரு முழுவட்டத்திற்குச் சுழலச் செய்தல் என்ற முறைகளைச் சொல்லி செய்யச் சொன்னார்.

இந்தப் பயிற்சியில் தலையை முடிந்தவரை எல்லாத் திசைகளிலும் முழுக்கச் சுற்றவேண்டும். கொஞ்சமாகத் தலையை வளைத்து, தலையைச் சுற்றிக்கொண்டே வந்து வட்டத்தை ஏற்படுத்தினால் பயனில்லை.

உடற்பயிற்சி: (உடலை வளைத்தல்) (இரண்டு இரண்டு பேராக)

முதலில் ஒருவர் செய்ய வேண்டும். இன்னொருவர் அவர் சரியாகச் செய்கிறாரா என்று பார்த்து தவறுகளைத் திருத்தி பின், அவர் செய்துமுடித்ததும் தான் செய்யத் தொடங்கி முடித்தவரை பார்வையிடச் சொல்லவேண்டும்.

விதிமுறைகள்

நேராக நிமிர்ந்து நிற்க வேண்டும்.

உடலின் மேற்பகுதி முன்னோக்கி வளைந்து குனிந்து தொங்கவிடுதல்

கைகளைப் பக்கவாட்டில் சேர்த்துவைத்துக் கொள்ளுங்கள். அந்த நிலையிலிருந்து, அப்படியே முன்பக்கமாக ரொம்பவும் மெதுவாகக் குனியத் தொடங்குங்கள். நீங்கள் அப்படி மெதுவாக முன்னோக்கிக் குனியும்போது, குனியக்குனிய, இருபக்கங்களிலும் சேர்த்துவைக்கப்பட்டிருந்த கைகளும் தொய்வடைந்து, முன்புறமாய் மெதுவாகத் தொங்கத் தொடங்கும். நீங்கள் குனிவது, ரொம்பவும் மெதுமெதுவாய், கொஞ்சம் கொஞ்சமாய்க் குனியவேண்டும். நீங்கள் நன்றாகக் குனிந்தபிறகு, கைகள் தரையை நோக்கி, நன்றாக தொய்ந்து தொங்கிக்கொண்டிருக்க வேண்டும்.

முற்றாக அப்படி குனிந்தபிறகு, உங்கள் முதுகில் இருக்கின்ற முதுகுத் தண்டுவடத்தில், கழுத்துக்குக்கீழே இடுப்புவரை, நீண்டு இருக்கின்ற முதுகுத் தண்டுவடத்தில், இடுப்பிற்கு அருகே இருக்கிற, முதுகுத் தண்டின் கடைசி வளையத்திலிருந்து, உங்கள் உடலின் மேல்பகுதி முழுவதும் அந்த அச்சிலிருந்து தொங்கிக் கொண்டிருப்பதைப் போல உங்களுக்கு உணர்வு ஏற்படவேண்டும். அப்போதுதான் நீங்கள் முழுவதுமாக குனிந்து, உங்கள் உடலின் மேல்பகுதியை, முற்றாக முதுகுத் தண்டுவடத்தின் கடைசி வளையத்தை அச்சாகக் கொண்டு, தொய்வாக தொங்கவிட்டிருக் கிறீர்கள் என்று கொள்ளலாம். முதுகுத் தண்டுவடத்தின் கடைசி வளையத்திலிருந்து உங்கள் முன் உடல் தொய்ந்து தொங்குகின்ற உணர்ச்சியை உங்களால் உணரமுடியும்.

முதுகுத் தண்டுவடம், மோதிரம்மோதிரமான வளையமான, எலும்புகளால் அடுக்கப்பட்டிருக்கிறது என்பது உங்களுக்குத் தெரியும். பள்ளிக்கூடத்தில், விஞ்ஞானப் பாடத்தில் படித்திருப்பது உங்களுக்கு ஒருவேளை இப்போது மறந்து போயிருக்கலாம். ஆனால் இப்போது தயவுசெய்து நினைவுபடுத்திக் கொள்ளுங்கள். முதுகுத் தண்டுவட எலும்பைப் பற்றி, உங்கள் பள்ளிக்கூட விஞ்ஞானப் புத்தகத்தில் படம்கூட போட்டிருந்திருக்குமே. நினைவில்லையா உங்களுக்கு? ஞாபகப்படுத்திப் பாருங்கள்.

நீங்கள் முன்னோக்கி மெதுவாக குனியும்போது, கழுத்துக்குச் சற்றுக் கீழேயிருந்து ஆரம்பிக்கிற, முதுகுத் தண்டின் முதல் மோதிர வளையத்திலிருந்து, ஒவ்வொன்றாக, அடுத்த வளையம், அதற்கடுத்த

வளையம் என்று நீங்கள், உங்களுடைய முன் உடம்பை முன்புறமாய் குனியவைக்கிறீர்கள்.

நான் ஆரம்பத்தில் இரண்டிரண்டு பேராக விளையாட வேண்டும் என்று சொன்னது இதற்காகத்தான். நீங்கள் குனியத் தொடங்கும் போது, மற்றவர் உங்கள் கழுத்தின் கீழே தொடங்கும் முதுகுத் தண்டுவட முதல் மோதிர வளையத்தில் தன்னுடைய கையின் கட்டைவிரலையும் ஆட்காட்டி விரலையும் வைத்து, நீங்கள் மெதுவாக குனியக்குனிய, அதற்கடுத்த வளையம், அதற்கடுத்த வளையம் என்று, முதுகுத் தண்டுவட மோதிர வளையங்களில் ஒவ்வொன்றாக கீழ்நோக்கி, தன்னுடைய கட்டைவிரலாலும் ஆட்காட்டி விரலாலும் மெதுவே அழுத்தி, அழுத்தி, இப்போது இரண்டாவது மோதிர வளையத்தில் குனிந்திருக்கிறீர்கள். இப்போது மூன்றாவது, இப்போது நான்காவது, என்று சொல்லுவதைப் போல, நீங்கள் மெதுமெதுவே குனிந்து கொண்டிருக்கும்போது உணரச் செய்வார். முற்றாக, இனிமேல் இதற்குமேல் குனியமுடியாது என்ற நிலையை உங்கள் உடலின் மேல்பாகம் அடைகின்றபோது அவர் உங்கள் முதுகுத் தண்டுவடத்தில் கடைசி மோதிர வளையத்தில் கைவிரல்களை வைத்திருப்பார். அப்போது, உங்கள் உடலின் மேல் பாகம் முற்றாகவும் அந்தக் கடைசி வளையத்திலிருந்து அதை அச்சாகக் கொண்டு, தொய்ந்து தொங்குகிறதா என நீங்கள் சோதித்துப் பார்க்க லாம், தொய்ந்து தொங்கும் இரண்டு கைகளோடு, குனிந்து தொங்கும் உங்கள் உடலின் மேல்பாகத்தை அப்படியே, மெதுவாக இடப் புறமும் வலப்புறமுமாய் ஆட்டிப் பாருங்கள். நீங்களே, இப்போது உணர்வீர்கள். உங்கள் உடலின் மேல்பாகம், எவ்வளவு தொய்ந்து போய், உங்கள் முதுகுத்தண்டின் இடுப்புக்கு அருகே இருக்கும் கடைசி மோதிர வளையத்திலிருந்து, அதையே அச்சாகக் கொண்டு, அந்த அச்சிலிருந்து மாத்திரமே, அந்த அச்சை மாத்திரமே ஆதாரமாகக் கொண்டு தொங்குவதை நீங்கள் உணரலாம். சரிதானா? செய்துபாருங்கள்.

அப்படிச் செய்தபிறகு, குனிந்து தொங்கும் நிலையிலிருந்து உங்கள் உடலின் மேல்பாகத்தை மெதுவே, மெதுவே, மேல் நோக்கி, ஒவ்வொரு மோதிர வளையமாக, கீழிருந்து மேலாக, நிமிர்த்துங்கள். இப்போது அந்த மற்றவர், உங்கள் முதுகுத் தண்டின் இடுப்பருகே இருக்கும் அந்தக் கடைசி மோதிர வளையத்திலிருந்து, ஒவ்வொரு மோதிர வளையமாக கீழிருந்து மேல்நோக்கி, ஒவ்வொன்றிலும் தன் கட்டைவிரலாலும் ஆட்காட்டி விரலாலும் மெதுவே அழுத்தி,

அழுத்தி இப்போது, இந்த மோதிர வளையத்தில் நிமிர்ந்திருக் கிறீர்கள். இப்போது, இதில், என்று சொல்லுவதைப் போல, விரல்களை ஒவ்வொரு மோதிர வளையமாக உங்கள் நிமிர்தலுக்கு தகுந்தாற்போல, மேல்நோக்கி, உங்கள் முதுகுத் தண்டில் அவர் விரல்களை வைத்துக்கொண்டு வருவதை நீங்கள் உணரமுடியும். சரிதானா? இப்போது மெதுவே நிமிர்ந்து, நன்றாக நேரான நிலைக்கு வந்துவிட்டீர்கள். மற்றவரின் விரல்கள் இப்போது முதுகுத் தண்டின் கழுத்துக்குக்கீழே இருக்கும் முதல் மோதிர வளையத்தில் இருக்கிறது. உங்கள் கைகள் பக்கவாட்டில் ஒட்டினாற்போல் ஆரம்பத்தில் இருந்ததைப்போல் வந்துவிட்டது.

உங்கள் மேல்புற உடலைப்போல உங்கள் கைகளும் குனிவதிலும் நிமிர்வதிலும் மெதுவே அதே மெதுவான லயகதியில் தன்னுடைய அசைவுகளை நிகழ்த்த வேண்டும்.

பின்னோக்கி, பின்புறமாய், உடலின் மேல்பகுதியை, வளைத்துத் தொங்கவிடுதல்:

இப்போது இதே விதிமுறைகளுடன், உங்கள் உடலின் மேல் பாகத்தை பின்னால் வளையவிடுங்கள். முன்னைப் போலவே, உங்கள் முதுகுத் தண்டின் மோதிர வளையங்களில் மற்றவரின் விரல்களை வைத்து உங்களுக்கு உணர்த்தச்சொல்லி முடிந்தவரை மெதுவாகப் பின்னோக்கி வளைந்து, கைகளை பின்புறமாய், தோள்களிலிருந்து தொங்கும் கயிற்றைப்போல் தொங்கவிட்டு, எவ்வளவு உங்களால் முடியுமோ, அவ்வளவு வளையுங்கள். முன் பக்கம் வளைந்த அளவிற்கு, உங்களால் ரொம்பவும் பின்னோக்கி வளையமுடியாது. ஆனால் முடிந்தவரை வளையுங்கள். அப்படி முடிந்தவரை வளைத்தபிறகு, அப்படியே மெதுவே பின்புறத்திலிருந்து ஒவ்வொரு மோதிர வளையமாக, கீழிருந்து மேல், நிமிர்த்துங்கள். பழைய ஆரம்பநிலையை அடையுங்கள். சரிதானா? இப்போது, உங்களுக்கு இதுவரை, நீங்கள் இந்தப் பயிற்சியை செய்வதற்கு உதவி செய்த அவரை, இதேபோல செய்யச் சொல்லுங்கள். நீங்கள், அவரின் முதுகுத் தண்டின் மோதிர வளையங்களில், உங்கள் கட்டை விரலையும் ஆள்காட்டி விரலையும் வைத்து அவர் உங்களுக்கு செய்தது போலவே. என்ன! சரிதானா?

இந்தப் பயிற்சிகளைச் செய்யும்போதெல்லாம் மேல் சட்டை அணிந்துகொண்டிருந்தால், சௌகரியக் குறைவாயிருக்கும். ஒல்லியா

யிருப்பவர்களின், முதுகுத் தண்டுவடத்தின் மோதிர வளையங்களை ஒவ்வொன்றாக, நம்மால், விரல்களைக்கொண்டு அழுத்தித் தெரிந்துகொள்ளலாம்.

நிறைய சதைப்பிடிப்போடு, குண்டாக இருப்பவர்களின் முதுகுத் தண்டுவட மோதிர வளையங்களை விரல்களால் கண்டுபிடித்து அழுத்துவது கொஞ்சம் கஷ்டம்தான். ஆனால் முடியும்.

இந்தப் பயிற்சியில், முக்கியமாய் கவனிக்க வேண்டியது, குனிதலும் நிமிர்தலும் மிக மெதுவே நிகழ வேண்டும். உடலை விறைப்பாக வைத்துக்கொள்ளாமல், தளர்வாக வைத்துக்கொண்டு பயிற்சியை செய்ய வேண்டும்.

இதுபோன்ற, இன்னும் சில உடற்பயிற்சிகளை மூன்றாவது தியேட்டர் சம்பந்தப்பட்டவர்கள் தினசரி காலையில் செய்வது நல்லது. பொதுவாகவேகூட, உடலுக்கு இந்தப் பயிற்சி நல்லது. ஆனால், மூன்றாவது தியேட்டர் சம்பந்தப்பட்ட நமக்கு, நான் ஏற்கனவே சொல்லியபடி உடலின் முழு சாத்தியக்கூறுகளையும் நாம் நன்றாகப் பயிற்சியினால் பரிச்சயப்படுத்திக்கொள்ள வேண்டும். அது மிக முக்கிய மானது. நாம் உடலை ஆதாரமாக வைத்துத்தானே, நம்முடைய மூன்றாவது வகை நாடகங்களை நடத்துகிறோம். நாம் ஒப்பனை, விளக்கு, அரங்கஜோடனை, முதலான பல அம்சங்களைத் தவிர்த்து, நம்முடைய வகையிலான நாடகங்களை நடத்தும்போது பார்வை யாளர்களின் கவனத்தை தொய்யவிடாமல் காத்துக்கொள்வதெல்லாம் நாம். நம்முடைய உடலை வைத்துக்கொண்டு, எவ்வளவு தூரம் திறமையாக, சாமர்த்தியமாக, நாம் பார்வையாளர்களுடன் தொடர்பை ஏற்படுத்திக்கொள்கிறோம் என்பதைப் பொருத்தது.

இப்படி அவர் அடிக்கடி, அந்த நாடகப் பட்டறை முழுவதிலும் இடையிடையே சந்தர்ப்பம் கிடைக்கும்போதெல்லாம் மூன்றாவது தியேட்டரின் பல அம்சங்களைச் சுட்டிக்காட்டினார். அதற்குப்பிறகு, இரண்டு இரண்டு பேராகப் பிரிந்து அந்தப் பயிற்சியை செய்து பார்த்தோம்.

அவர் பேசியது முழுக்கவும் ஒரு வார்த்தை விடாமல் திரும்ப நினைவுபடுத்திப் பார்ப்பது சாத்தியமில்லாததாய்த்தான் இருக்கிறது.

ஆனால், பாதல் சர்க்காரே, தன்னுடைய "மூன்றாவது தியேட்டர்" என்ற புத்தகத்தில் சொல்லியிருப்பதைப்போல இந்த

நாடகப் பட்டறை முழுவதையும் வார்த்தைகளால் வடித்துவிட முடியும் என்று நினைப்பது பேதமைதான். ஒரு அர்த்தத்தில், மூன்றாவது தியேட்டரில், நம்முடைய சொந்த அனுபவங்களைக் கொண்டுதான், அந்த அனுபவங்களைச் சோதனை முறையில் தப்புத் தவறுகளோடு, நிகழ்த்திப் பெறுகின்ற முறையினால்தான், இந்த நாடகப் பட்டறையின் அனுபவங்களை முழுமை அடையச் செய்ய முடியும். பாதல் சர்க்கார் இப்படி சில முக்கியமான விஷயங்களைச் சொன்னபோதெல்லாம் சிந்தனை மேலிட்டு அவைகளைக் குறித்து வைத்துக்கொள்ள பட்டறைவாசிகளில் பலர் அவனைப் போலவே பிரியப்பட்டதை தெரிந்துகொண்டதைப் போல பாதல் சர்க்கார் மிக உறுதியான தொனியில், “தயவுசெய்து பேப்பர் பென்சிலை யெல்லாம், பட்டறைக்கு கொண்டு வராதீர்கள். உங்களுக்கு ஏதாவது குறித்துக்கொள்ள வேண்டும் என்று தோன்றினால், அதை தனியாகப் பட்டறை வேலை நேரம் முடிந்ததும் செய்யுங்கள். அப்போது ஏதாவது விவரம் விட்டுப்போய்விட்டால்கூட, என்னைக் கேளுங்கள். நான் சொல்கிறேன். ஆனால் பட்டறையின்போது வேண்டாம். அப்படிக் குறித்துக்கொள்வது நம்முடைய கவனத்தைச் சிதறடிக்கும். இது வகுப்பில்லையல்லவா? இங்கே நாம் செய்து பார்ப்போம்.” என்று பட்டறையின் ஆரம்ப தினத்திலேயே குறிப் பிட்டார். அதேபோல ஒவ்வொரு நாள் மாலையில், இரவு 7-00 மணிக்கு மேல் நடந்த கலந்துரையாடலின்போதுகூட, “நான் பேசிக் கொண்டிருக்கும்போது ஒன்றும் குறித்துக்கொள்ளாதீர்கள். தயவுசெய்து கேளுங்களேன். நீங்கள் குறித்துக்கொள்வதைப் பற்றி எனக்கு ஒன்றும் ஆட்சேபணையில்லை. ஆனால் அப்படி குறித்துக் கொண்டும் கேட்டுக் கொண்டும் இருந்தால் எப்படி நான் சொல்லுவதை உங்களால் முழுக் கவனத்தோடு கேட்கமுடியும். விளையாட்டுகளைப் பொறுத்தவரை பட்டறையின் கடைசி நாளுக்கு முதல்நாள் நாம், இந்தப் பட்டறையில் என்ன என்ன விளையாட்டுகளை விளையாடினோம் என்று பெயர்களைச் சொல்லுகிறேன் அப்போது குறித்துக்கொள்ளுங்கள். நீங்கள் குறித்துக்கொள்ளுவதை நான் தடைசெய்யவில்லை. ஆனால் கேளுங்கள் என்று வேண்டுகோள் விடுக்கிறேன் அவ்வளவுதான்.”

என்று குறிப்பிட்டபோது அவனுக்கும்கூட வாழ்நாள் முழுவதும் குறித்து குறித்து எழுதி வைத்துக்கொண்டு என்ன சாதித்தோம் என்றுகூட ஒத்த சிந்தனையினன் ஆனான்.

ஆனாலும் பட்டறை முடிந்த இரண்டு மூன்று மாதங்களுக்குப் பிறகு அந்தப் பயிற்சிகளை, மூன்றாவது தியேட்டர் சம்பந்தப்பட்ட, அதில் ஆர்வம் கொண்டுள்ள, ஆனால் இந்தப் பட்டறையில் கலந்து கொள்ளும் வாய்ப்புப் பெறாத, நண்பர்களிடம் இது குறித்து நினைவுபடுத்தி விவரங்களைச் சொல்ல முனைந்தபோதுதான், ஞாபக மறதியின் குணாம்சங்கள் தெரியவந்தது.

பொதுவாக மூன்றாவது தியேட்டர் பற்றி, அந்த எல்லா மாலை நேர விரிவுரையும் கலந்துரையாடலுமான நிகழ்ச்சிகளில் நிறைய தகவல்களைச் சொன்னார் அவர்.

1) அவர் ஏன் அப்படி இந்த மூன்றாவது தியேட்டரைத் தேர்ந்தெடுக்க நேர்ந்தது, அதற்கான சூழ்நிலைகள்.

2) ஐரோப்பாவில் தியேட்டர்களைப் பற்றி, அவர் அறிந்து கொண்டவை- நேரில் பார்த்த அனுபவங்களில் இருந்தும் சம்பந்தப்பட்ட டைரக்டர்களிடம் நடத்திய நீண்ட நேர சம்பாஷணை களிலிருந்தும்.

3) பொதுவாக, மேற்கு வங்காளத்தில் நாடக இயக்கம் வளர்ந்த முறை.

4) சிறப்பாக, நாடகங்களின் நகரம் என்று அழைக்கப்படுகின்ற கல்கத்தாவின் நாடகச் சூழலைப் பற்றி விரிவான தகவல்கள். அந்தப் பின்னணியில் மூன்றாவது தியேட்டரின் பரிமாண வளர்ச்சி.

5) அவருடைய நாடகக் குழுவான 'சதாப்தி' பற்றி, அவருடைய நாடகங்கள் பற்றி, அதன் மூலமாக அவர் அடைய நேர்ந்த அனுபவங்கள் பற்றி அதன் தொடர்பாக கிடைத்த தொழில் நுணுக்கத் தகவல்கள் பற்றி.

இப்படி, பலவற்றைப் பற்றி, நிறைய அந்த மாலை நேர கலந்துரையாடல்களின்போது சொன்னார். இவைகள் பற்றிய ஒரு தெரிதல் - நமக்கு, நம்முடைய மூன்றாவது தியேட்டர் வகையிலான, நாடகம் சம்பந்தப்பட்டவர்களுக்கு, இந்த வகையிலான நாடகங்கள் மீது இனிமேல் பிரியம் கொள்ள நேர்கிறவர்களுக்கு, இந்த வகையி லான நாடகங்களை, ஒரு வலிவுள்ள, சாத்தியமுள்ள சாதனமாகக் கருதி சமூக விழிப்புணர்ச்சி ஏற்படுத்துவதில், தங்களுடைய பங்கைச் செய்யலாம் என்று முன்வருபவர்களுக்கு - ஒரு அடித்தளமாக இருக்கும்தான்.

ஆனால், அவைகள் காற்றில் கரைத்த வார்த்தைகளாகத்தான் போயின. அந்தப் பேச்சுக்களைக் கேட்ட பட்டறைவாசிகளிடையே ஞாபகசக்தி நிரம்ப பெற்றவர்கள் அவைகளில் பெரும்பாலானவற்றை அதற்கப்புறம் ஒருவேளை குறித்துவைத்திருக்கக் கூடும். இல்லை, நாள் முழுவதும், இதுநாள்வரையில் இல்லாத முறையில் புதிதாகக் கடுமையான உடல் உழைப்பை பட்டறையில் நாளொன்றுக்கு ஏழு அல்லது எட்டுமணி நேரம் செலவழிக்க நேர்ந்த களைப்பின் காரண மாகவே ஒருவேளை அப்படி முழுமையாகக் குறிப்பெடுத்துக் கொள்வதெல்லாம் சாத்தியமில்லாமலும் போகும்தான். என்னென்னவோ சிந்தனைகள். தேநீர் இடைவேளைக்கான நேரம் வந்துவிட்டது போலிருக்கிறது. பட்டறைவாசிகளிடம் யாரோ நான்கு பேரை பயிற்சிசெய்து முடித்த நான்கு பேரை, பாதல் சர்க்கார், நீங்கள் சென்று தேநீர் கொண்டுவருவதானால் வரலாம் என்று சொல்லி அனுப்புகிறார்.

அந்தப் பட்டறை முடிகின்றவரை ஒவ்வொரு தேநீர் இடை வேளையின்போதும் யாராவது நாலுபேர், யார் என்று இல்லை- பட்டறை பந்தலிலிருந்து சிறு பிள்ளைகளைப்போல் குதித்துக் கொண்டே ஓடிப்போய், இரண்டு பேர், அண்டா மாதிரி இருந்த அந்தப் பெரிய தேநீர் பிளாஸ்க்கை, ஆளுக்கொரு பக்கமாக பிடித்துத் தூக்கிக்கொண்டு, இன்னொருவர் தட்டில் கண்ணாடி டம்ளர்களை அடுத்து எடுத்துக்கொண்டு, இன்னொருவர் ஒரு பக்கட்டில் தண்ணீர் நிரப்பி, (டீ சாப்பிட்ட அந்த கண்ணாடி டம்ளர்களைக் கழுவுவதற்காக) தூக்கிக்கொண்டு…

இப்படி அது கிட்டத்தட்ட, ஒரு கூட்டுக் குடும்ப வாழ்க்கையைப் போலவே இருந்தது.

“அதோ, அங்கே ஒரு தோட்டம்.

இங்கே 28 பூக்கள் ஒரு தோட்டக்காரனின்
பார்வையில் மலர்ந்தது.

நாடு முழுவதும் மணம் பரப்பப் போகும்.
28 பூக்கள்.

என்று, புரிசை சம்பந்தன் கடைசி நாளில் நடந்த கீசகவதம் தெருக்கூத்தின்போது, அந்தத் தெருக்கூத்தின் இடையில் ஒரு காட்சியில் இன்னொரு கதாபாத்திரத்திடம், அந்தத் தெருக்கூத்தில்

சொல்லுகிறார், "அதோ தெரியுதே ஒரு பந்தல். அந்தப் பந்தலுக்கு அருகில் ஒரு தோட்டம்" என்று வசனம் சொல்லி மேலே சொன்ன நான்கு வரிகளையும் பாட்டாகப் பாடியபோது தெருக்கூத்துப் பார்த்துக்கொண்டிருந்தவர்கள், இந்த வரிகளை எதிர்பாராது திடீரென்று கேட்டதில் புல்லரித்துப்போய், கைதட்டி ஆரவாரித்து ஆமோதித்தார்கள்.

ஆமாம், இந்த நாடகப் பட்டறையைத்தான் புரிசை சம்பந்தன் தோட்டம் என்று வர்ணித்தார். தோட்டக்காரனாய் பாதல் சர்க்கார், புரிசை சம்பந்தனின், கற்பனையில் விரிந்திருக்கிறார். அந்தத் தோட்டக்காரன் மண் வெட்டிப் போட்டு, உரம்போட்டு, தண்ணீர் விட்டு, களைபறித்து, 28 வகையான பூச்செடிகளை, வளர்த்தானாம். - பாதல் சர்க்கார். இந்த நாடகப் பட்டறையில் 28 பேருக்கு பயிற்சி அளித்ததை, இப்படிச் சொல்லி, அந்த 28 செடிகளில் பூத்த மலர்கள், நாடு முழுவதும் மலர்ந்து மணம் வீசப்போவதாய் தன் கனவுகளை, தெருக்கூத்துப் பாட்டாய் புரிசை சம்பந்தன் விவரித்தது நாடகப்பட்டறையின் கடைசி நாள்தான் நிகழ்ந்தது.

ஆனாலும், ஒவ்வொரு நாளும் வினோதமான உணர்வுகளை- அனுபவங்களை, அந்த விளையாட்டுக்களின் மூலமாய் அடைந்து கொண்டிருந்தார்கள்.

வழிகள்

இந்த விளையாட்டு நடிக்குமிடத்தை, அந்தப் பரப்பளவு பற்றி, இதன் சாத்தியக்கூறுகள் பற்றி சரியான, ஒரு தெரிதலறிவு, மூன்றாவது தியேட்டரில் நடிப்பவர்களுக்கு ஒரு பரிச்சய உணர்வு ஏற்படுத்திக் கொள்வதற்கான பயிற்சிகளில் ஒன்று. வட்டமாக நின்றுகொள்ளுங்கள். நான் கை தட்டியதும் வட்டத்தில் உங்கள் இடத்திலிருந்து கிளம்பி, அந்த வட்டத்திற்குள்ளே, இருக்கின்ற விஸ்தீரணத்தில், உங்களுக்குப் பிடித்தமான முறையில், நடப்பதற்கு ஒரு வழியை, நீங்களாகவே தேர்ந்தெடுத்துக்கொள்ளுங்கள். நீங்கள் நிற்குமிடத்திலிருந்து, கிளம்பி, உங்களுக்குப் பிரியமான பாதையில், வட்டத்தின் விஸ்தீரணத் திற்குள், நடந்துபோய் திரும்ப, வட்டத்தில் நீங்கள் எந்த இடத்தி லிருந்து கிளம்பினீர்களோ, அந்த இடத்திற்கு, திரும்பி வந்துவிடுங்கள். இரண்டாவது தடவையும் ஒருமுறை அதேபோல, நீங்கள் தேர்ந் தெடுத்த அதே பாதையில் சென்று நடந்து, திரும்பி, புறப்பட்ட இடத்தை அடைந்து, நீங்கள் தேர்ந்தெடுத்த பாதையில், அப்படி,

இரண்டாவது முறை நடப்பதின் மூலமாக, அந்தப் பாதையை நினைவில் கொள்ளுங்கள்.

இப்படி இரண்டு முறை நடக்கும்போதும் உங்கள் பாதையை நீங்கள் தேர்ந்தெடுத்து பழக்கப்படுத்திக்கொள்கிற, இந்த இரண்டு முறையும் நீங்கள் நடக்கும்போது எதிரில் யாராவது உங்கள் பாதையில் குறுக்கிட்டால் அவர்களை நீங்கள் கவனிக்காதீர்கள். பொருட்படுத்தாதீர்கள். உங்கள் பாதையில் குறுக்கிடுகின்ற அவர் உங்களைக் கடக்கிறவரை காத்திருந்து, திரும்பவும் உங்கள் பயணத்தைத் தொடருங்கள்.

ஆனால் மூன்றாவது முறை நீங்கள் தேர்ந்தெடுத்துக்கொண்ட அந்தப் பாதையில் நடக்கும்போது எதிரில் வருபவர்களை, உங்களைச் சுற்றி நடந்துகொண்டிருக்கின்ற விஷயங்களை நீங்கள் கவனிக்கத் தொடங்குங்கள். அப்படிக் கொஞ்ச நேரம் கவனித்தபிறகு, உங்கள் எதிரில் வருபவர்கள் உங்கள் பாதையில் குறுக்கே நடந்து போகிறவர்கள், நீங்கள் நடந்துகொண்டிருப்பதற்கு, பக்கத்திலே நடந்துபோகிறவர்கள், இப்படி நீங்கள் உங்கள் பாதையில் சந்திக்க நேர்கின்றவர்கள், உங்களைப் பார்த்து ஹலோ சொன்னால், உங்கள் மனத்தில் பதிலாக ஹலோ சொல்ல வேண்டும் என்று தோன்றினால் சொல்லுங்கள். அல்லது அவர் உங்களுக்கு வணக்கம் சொன்னால் அல்லது மென்முறுவல் பூத்தால், அல்லது, நேசமாய் ஒரு பார்வையை உங்களை நோக்கிப் பார்த்தால் இந்த வகை முகமன்களுக்கெல்லாம், பதிலாக உங்கள் மனதில், என்ன உணர்ச்சி பிரதிபலிக்கிறதோ அப்படிச் செய்யுங்கள். நீங்கள் அந்த ஹலோவுக்குப் பதில் ஹலோ சொல்லலாம். வணக்கத்திற்கு - பதில் வணக்கம். 'ஹேய்'க்கு பதில் 'ஹேய்,' மென்முறுவலுக்குப் பதில் மென்முறுவல், இப்படி, என்ன உணர்ச்சி தோன்றுகிறதோ அதை பிரதிபலியுங்கள்.

அல்லது, மற்றவர்கள் உங்களை நோக்கி, அப்படி முகமன் கூறுகின்றபோது ஒரு உணர்வையும் திரும்ப பிரதிபலிக்க வேண்டாம் என்று உங்கள் மனதில் பட்டால், அப்படியே செய்யுங்கள். அதற்குப்பிறகு நான் கைதட்டியதும் நடப்பதை நிறுத்திவிட்டு நீங்கள் தேர்ந்தெடுத்த உங்கள் பாதையிலேயே திரும்பி, வட்டத்தில் எந்த இடத்திலிருந்து புறப்பட்டீர்களோ, அந்த இடத்திற்கே திரும்பி வந்துவிடுங்கள், விளையாட்டு அதனுடன் முடிவடைகிறது. சரிதானா? என்று கேட்டுவிட்டு மேலும் சொன்னார்.

நான் கைதட்டத் தொடங்கியதும் முருகேசன் முதலில் நடக்கத் தொடங்கட்டும். அதற்குப்பிறகு, விட்டு விட்டு, நான் ஒவ்வொரு முறை கைதட்டும்போதும் முருகேசனுக்கு வலது பக்கத்திலிருந்து ஒவ்வொருவராக நடக்கத் தொடங்குங்கள்.

அவசரமில்லை. சாதாரண நடக்கும் வேகத்திலேயே நடக்கலாம்.

கைதட்டல் தொடங்கிவிட்டது. முருகேசன் நடக்கத் தொடங்கி விட்டார். ஒவ்வொரு கைதட்டலுக்கும் அவர் வலது பக்கத்திலிருந்து ஒவ்வொருவராக நடக்கத் தொடங்கினார்கள். ஹலோ, வணக்கம், ஹேய், மென்முறுவல், இப்படி ஏதாவது முகமன் கூறுதலுக்குரிய சைகைகள், கையை உயர உயர்த்தி ஆட்டுதல் இது போன்றவை களைத் தவிர, சொற்களாய் வேறு பேச்சு எதுவும் இந்த விளையாட்டில் கிடையாது என்ற விதிமுறையையும் ஞாபகத்தில் வைத்துக் கொண்டு நடக்கத்தொடங்கினார்கள். தங்கள் பாதையைத் தேர்ந்தெடுத்துக் கொண்டார்கள்.

27 பேரும் அந்தப் பெரிய பந்தலுக்கு கீழே நடக்க, அதுவே, ஒரு தெருவாக ஆகிப் போன மாதிரி இருந்தது. மூன்றாவது தியேட்டரில், உலகத்தின் நீட்டளவு, பரப்பளவு, குறுக்களவு, விஸ்தீரணம், இயங்குகின்ற சமூக மனிதர்கள். இப்படி எல்லா வற்றையும் கொண்டு நாம் நாடகம் போடுகிறோம். அந்த விளையாட்டை விளையாடிக் கொண்டிருக்கும்போதும் விளையாடி முடித்ததும் அப்படித்தான் நினைத்துக்கொண்டிருந்தோம்.

வழி : இயக்கம் : கண்ணாடி வரிசையில்

27 பேரும் ஒரு நீண்ட க்யூவாக நிற்கத்தொடங்கினோம். இந்த விளையாட்டுக்காக, முதலில் எப்போதையும் போல வட்டமாக நின்றோம். கே.வி.ராமசாமி க்யூவில் முதல் மனிதர். அவருக்குப் பின்னால் க்யூவமைத்துக் கொள்ளுங்கள் என்று சொன்னதும் அந்த வட்டம் ஒரு நீண்ட க்யூவாக உருவம் அமைத்துக்கொண்டது. இந்த விளையாட்டுக்கு விதிமுறைகள்...

1) பாதல் சர்க்கார், கைதட்டி ஒலி எழுப்பியதும் கே.வி.ராமசாமி நடக்கத் தொடங்குகிறார்.

2) வரிசை அவரைப் பின் தொடர்கிறது.

3) வரிசையில் முதலில் இருக்கும் கே.வி.ராமசாமி, அவர் நடந்துகொண்டே என்னவெல்லாம் செய்கிறாரோ, அதையெல்லாம் அவருக்குப் பின்னால் வரிசையில் பின் தொடர்கிற பட்டறை வாசிகள் 26 பேரும் கண்ணாடி மாதிரி பிரதிபலித்துக்கொண்டே அவரைப் பின் தொடரவேண்டும். க்யூவில் பின்னால் இருப்பவர்கள் எப்படி கே.வி.ராமசாமி செய்வதைப் பார்த்து பிரதிபலிக்க முடியும் என்று சந்தேகம் வரலாம். ஆனால் கே.வி.ராமசாமி செய்வதை அவருக்கு அடுத்தபடியாக க்யூவிலிருக்கிற குணசேகரன் பிரதிபலிப் பார். அதற்கப்புறம் குணசேகரனைப் பார்த்து அவருக்குப் பின்னால் அடுத்ததாக க்யூவில் இருக்கிற செல்வராஜ் பிரதிபலிப்பார் இப்படியே அது தொடரும் அல்லவா! ஆகவே கே.வி.ராமசாமி செய்வது உங்கள் முன்னால் க்யூவில் யார் நின்றுகொண்டிருக்கிறார்களோ அவர்கள் கண்ணாடி மாதிரி பிரதிபலிப்பார்களே, நீங்கள் க்யூவில் உங்கள் முன்னால் இருப்பவர் செய்வதை பிரதிபலித்தாலே, அது கே.வி. ராமசாமியைச் செய்வதை பிரதிபலித்ததாகுமே.

4) அதற்கப்புறம் இரண்டாவது முறை கைதட்டியபிறகு, கே.வி.ராமசாமி, வரிசையிலிருந்து முதல் ஸ்தானத்திலிருந்து ஓடிப்போய் வரிசையில் கடைசி ஆளாக வரிசையில் தொடர வேண்டும்.

5) அடுத்தது, கே.வி.ராமசாமிக்கு அடுத்ததாக, க்யூவில் இருக்கும் குணசேகரன் முறை.

6) குணசேகரன் செய்வதையெல்லாம், வரிசையில் பின் தொடர்கின்றவர்களை, கடைசியாக வந்து சேர்ந்து கொண்டிருக்கிற கே.வி.ராமசாமி உட்பட கண்ணாடிகளாக பிரதிபலித்துக் கொண்டே தொடரவேண்டும்.

7) அதற்கு அடுத்த கைதட்டல் ஒலி கேட்டதும் குணசேகரன், வரிசையில் முதலாவதாக தலைமை ஸ்தானத்திலிருந்து நீங்கி, ஓடி வரிசையில் கடைசியாக கே.வி.ராமசாமிக்கு, அடுத்ததாக வரிசையில் அடுத்ததாகச் சேர்ந்து, வரிசையில் பின்தொடர வேண்டும்.

8) அடுத்த கைதட்டும் ஒலிக்கு சம்பந்தன். இப்படியே, இது தொடரும், அதேபோல திரும்ப கே.வி.ராமசாமியின் முறை வரும்வரை.

இப்படிச் சொல்லி முடித்தபிறகு, இந்த விளையாட்டு தொடங்கியது. மூன்றாவது தியேட்டரில் தலைமையாயிருத்தலும் தலைமை கொடுக்கிற உத்தரவுகளை ஏற்று நடத்துபவராக இருத்தலும் அப்படி ஏற்று நடத்துவதற்கு தலைமையிடமிருந்தே, உத்தரவுகளைப் பெறவேண்டிய அவசியமில்லாமல், நமக்குப் பக்கத்திலே இருக்கிற நடிகரிடமிருந்துகூட அந்த ஆணையைப் பெற்றுக்கொள்ள பயிற்சிபெறுதலும் - இப்படி பலவகை நோக்கங்கள் - பயன்கள், இந்த விளையாட்டின் முடிவில், மனதில் பதியத் தொடங்கின.

9) க்யூ எப்படி வேண்டுமானாலும் போகும். தலைமை ஸ்தானத்தில் இருப்பவர் நினைப்பதற்கு ஏற்ப.

சில சமயங்களில் க்யூ நேர்க்கோட்டில் போகும். சில சமயங்களில் வளைந்து வளைந்து, சில சமயங்களில், குதித்துக்கொண்டு, சில சமயங்களில், தவக்களைப் பாய்ச்சலில், சில சமயங்களில் நொண்டி அடித்துக்கொண்டு, சில சமயங்களில் நடனமாடிக் கொண்டு, சில சமயங்களில், முழங்கால்களில் நடந்து கொண்டு - இப்படி.

வரிசை விளையாட்டுகள்

இப்படி வரிசை விளையாட்டுகளில் பலவகை விளையாட்டுகள்.

(அ) உருவம் அமைத்தல்

வட்டமாக நின்று கொள்ளுதல். பாதல் சர்க்கார், "முக்கோணம்" என்று சத்தம் போட்டவுடன், விரைவாக குழப்பமில்லாமல், ஒருவருக்கொருவர் பேசி அறிவுரைகள் கொடுத்துக்கொள்ளாமல், முக்கோணமாய், வரிசையாக நின்று, அந்த வட்டத்தை எல்லோரும் சேர்ந்து முக்கோணமாக மாற்றுதல்.

சதுரம் என்று சொன்னால், வட்டமாக நிற்பதை மாற்றி, சதுரமாக நிற்றல். இப்படியே, அவர் என்ன சொல்கிறாரோ, அப்படி, நீண்ட செவ்வகம், குதிரைலாடம், இப்படியாகவெல்லாம் வட்டத்தை மாற்றுதல். இதில் முக்கியமாய் கவனிக்க வேண்டியது.

1) வட்டத்தில், உருவங்களை மாற்றும்போது, ஒருவருக்கொருவர் கண்டிப்பாக பேசக்கூடாது.

2) சீக்கிரமாய் முடிவு எடுக்கக் கற்றுக்கொண்டு, எப்படி வட்டம் உருமாறுகிறதோ, அதற்கேற்ப, நாமும் இசைந்து செயல்படுதல்.

3) காலதாமதம் செய்யாமல், விரைவாக, ஆனால் குழப்ப மில்லாமல் ஒழுங்கைக் குறைக்காமல், செயல்படுதல்.

(ஆ) எழுத்துக்களை அமைத்தல்

இதேபோல, A, B, C, D, E, G என்று பாதல் சர்க்கார், ஒவ்வொரு எழுத்தாக சொல்லும்போது அந்த எழுத்துக்கள் உருவத்தில், எல்லோரும் சேர்ந்து நின்று, ஒரு எழுத்தை உருவாக்குதல். இதிலும், (அ) வில் சொன்ன விதிமுறைகள்தான்.

அற்புதமாய் இருக்கிறது இந்த விளையாட்டு - நாம் உருவாக்கிய எழுத்துக்களாகவே, நாம் ஆகிவிடுவது.

(இ) எழுத்துக்களை அமைத்தல் (தலைவர்களைக் கொண்டு)

எழுத்துக்களை அமைக்கும்போது, வட்டத்தில் யாராவது ஒருவரை முதலில் தலைவராக ஏற்றுக்கொள்ளுதல். உதாரணமாக, பாரவி. 'A' என்று பாதல் சர்க்கார் சொல்லியவுடனேயே, பாரவி, எங்கேயிருந்து Aயை தொடங்குகிறார் என்று மனதில் நினைத்து நிற்கிறாரோ, 'அதை நாம் அவரைக் கேட்காமலே மனதில் புரிந்துகொண்டு, அவரைத் தொடர்ந்து வட்டத்தில் பாரவிக்கு வலதுபக்கமாக யார் இருக்கின்றார்களோ அவர்களெல்லாம் வரிசையாக, பாரவியின் பின்னாலேயே தொடர்ந்து A, அமைக்க வேண்டும். இந்த விளை யாட்டுக்கு முடிவெடுக்கும் தன்மை, சூழ்நிலைக்கேற்றவாறு அனுசரித்து நடத்தல் இப்படிப் பல திறமைகள் தேவைப்படுகிறது.

மொத்தம் 27 பேர். 27 பேரும் வரிசையாக நின்று A அமைத்தால் எவ்வளவு பெரிய 'A' வரும். Aயின் ஒரு பக்க கோட்டில் எத்தனை நபர் நிற்க முடியுமோ, இன்னொரு பக்க கோட்டில் அதே நீளத்திற்கு நிற்க வேண்டும். நடுவில் இரண்டு சாய்கோடுகளுக்கும் நடுவே அமைக்க வேண்டிய படுக்கைக் கோடு. அதை அமைப்பதற்கு எத்தனைபேர் நிற்க வேண்டும். இப்படி பல விஷயங்களை யாரிடமும் பேசாமல் உடனுக்குடன் நாமே என்ன நடந்து கொண்டிருக்கிறது, A எப்படி உருவாகிறது என்றெல்லாம் பார்த்து, முடிவெடுத்து இயங்க வேண்டும்.

அதேபோல பாரவி எந்த முனையிலிருந்து ஆரம்பிக்க வேண்டும் என்று நினைத்து அங்கே போய் நிற்கிறார் என்றெல்லாம் பொது அறிவுக்கு ஏற்றவாறு அனுமானித்துச் செயல்பட வேண்டும்.

இந்த வரிசை விளையாட்டுகளில் பெரும்பான்மையான விளையாட்டுக்களை திறந்தவெளி வட்ட அரங்கில் விளையாடினோம்.

இப்படி ஒருவரைத் தலைவராகக் கொண்டு எழுத்துக்களை அமைக்கின்ற விளையாட்டை பட்டறையில் இருக்கும் ஒவ்வொரு வரும் ஒரு முறையாவது தலைவராக இருந்து விளையாடும் வாய்ப்பு கிடைக்கும்வரை விளையாட வேண்டும்.

(ஈ) லய விளையாட்டு

வரிசை விளையாட்டுகளில் இதுவும் ஒருவகை. வட்டமாக நின்றுகொள்ள வேண்டும். அப்படி வட்டத்தில் நிற்கும்போது ஒருவருக்கொருவர் இடைவெளி இரண்டடி இருக்கிற மாதிரி நிற்க வேண்டும்.

இந்த விளையாட்டுக்கு, தரை, சிமெண்ட் தரையாக இருப்பது நல்லது. அல்லது, மண்தரையாக இருந்தால், இறுகிப் போன மண்தரையாக, கால்களை குத்துகின்ற சிறு கற்கள் இல்லாத தரையாக இருத்தல் அவசியம்.

நாம் இப்போது வட்டமாக நிற்கிறோம் இல்லையா? ம்... சந்திரனிலிருந்து தொடங்குவோம். சந்திரனிலிருந்து வலது பக்கமாகவே, வட்டத்தில் எட்டு பேர் மட்டும் அப்படியே நின்று கொள்ளுங்கள். மற்றவர்கள் வட்டத்திலிருந்து விலகி, நின்று, சந்திரனும் அவரோடு சேர்ந்து மற்ற எட்டு பேரும் விளையாடு வதைப் பாருங்கள். ஒரு வசதிக்காக நாம், மூன்று குழுக்களாக, 9 பேர் கொண்ட மூன்று குழுக்களாகப் பிரித்து விளையாடுவோம்.

முதல் குழு இப்போது விளையாடத் தயாராயிருக்கிறது. பாதல் சர்க்கார் இப்படிச் சொல்லிக்கொண்டே, சந்திரனையும் அந்த முதல் குழுவைச் சேர்ந்த, எட்டு பேரையும் இராணுவ வீரர்கள், வரிசையாக, ஒருவர் பின் ஒருவராக வீறு நடை போட்டு நடந்து செல்வதற்குத் தயாராக நிறுத்திவைப்பதைப்போல, நிறுத்தி வைக்கிறார். சந்திரன் முதலில், அதற்கு அடுத்தபடியாக, அவருக்குப் பின்னால் ராஜேந்திரன். ராஜேந்திரனுக்குப் பின்னால்

ஞாநி, என்று வரிசையாக ஒன்பது பேரையும் ஒருவருக்கொருவர் இரண்டடி இடைவெளிவிட்டு நேராக, நிமிர்ந்து நிற்கவைக்கிறார்.

இப்போது விதிமுறைகளைச் சொல்லிக்கொண்டே, விளையாடிக் காண்பிக்கிறார், பாதல் சர்க்கார்.

இராணுவவீரன் நடப்பதைப் போல நடக்கவேண்டும். முதலில் இடது காலை எடுத்துவைத்து ஆரம்பிக்க வேண்டும். நான், ஒன்று, இரண்டு, மூன்று, நான்கு, ஐந்து... என்று எட்டு வரை எண்ணுவேன். அப்படி எண்ணுவதற்கேற்றவாறு நீங்கள், நான் முன்பே சொல்லியபடி, ஒன்று என்று சொல்லும்போது இடது காலை எடுத்துவைத்து நடக்கத் தொடங்க வேண்டும். அப்புறம் இரண்டு என்று சொல்லும்போது வலது, 3க்கு இடது, 4க்கு வலது, 5க்கு இடது என்று மாற்றி மாற்றி எட்டுவரை முன்நோக்கி நடக்க வேண்டும். விளையாட ஆரம்பிக்கும்போது எல்லா பட்டறைவாசிகளும் நின்றுகொண்டிருந்தீர்களே, அந்த வட்டத்தின் கோடுகளிலேயே.

இப்போது, முன்னோக்கி, இடதுகாலைத் தூக்கி வைத்து, எட்டு எண்ணுகின்றவரை, நான் எண்ணுகின்ற தாளலயத்திற்கு இயைந்தே நடந்தீர்கள் அல்லவா?

அதேபோல, ஒன்றிலிருந்து, இரண்டு, 3, 4, 5, 6, 7, 8, என்று திரும்ப நான் எண்ணத் தொடங்குவேன். இரண்டாவது முறை இப்படி நான் எண்ணத் தொடங்குகிறபோது, ஒன்று என்று சொல்லித் தொடங்கும்போது வழக்கம் போலவே இடதுகாலை பின்னோக்கி எடுத்துவைத்து, அப்படியே, பின்னோக்கியே இடது, வலது, இடது, வலது, இடது, வலது, இடது, வலது, என்று பின்னாலேயே நடக்க வேண்டும், எட்டு என்று சொல்லி முடிக்கும்வரை.

மூன்றாவது முறை 1, 2, 3, 4, என்று எண்ணுவேன். இப்போது இடது காலை, முன்னோக்கி எடுத்துவைத்து இடது, வலது, இடது, வலது என்று முன்புறமாக வட்டத்தின் கோடுகளிலேயே நடக்க வேண்டும்.

நான்காவது முறை 1, 2, 3, 4, என்று எண்ணத் தொடங்குவேன். இப்போது, இடதுகாலை, ஒன்று என்று சொல்லும்போது பின்னோக்கி எடுத்துவைத்து, இடது, வலது, இடது, வலது என்று நான்கு

அடியெடுத்துவைத்து பின்னால் போக வேண்டும். எல்லாம் நான் எண்ணுவதற்குரிய தாளலய கதியோடு இணைந்து,

ஐந்தாவது முறை, ஒண்ணு, இரண்டு என்று சொல்லுவேன். அதற்கேற்ற மாதிரி, இடதுகாலை எடுத்துவைத்து ஆரம்பித்து முன்னோக்கி நடக்கவேண்டும்.

ஆறாவது முறை, ஒண்ணு, ரெண்டு என்று எண்ணத் தொடங்கும் போது பின்னோக்கி இடது, வலது என்று பின்புறமாகவே, எண்ணுவதற்கேற்ற, தாளலயகதியில் நடக்க வேண்டும்.

அதற்கப்புறம் ஏழாவது முறையாக, ஒண்ணு, இரண்டு, *3*, *4*, என்று எண்ணுவேன். அப்போது, நீங்கள் நிற்கும் இடத்திலேயே, இடதுகாலை முதலில் எடுத்து, இடது, வலது, இடது, வலது, என்று நான்கு முறை கால்களைத் தூக்கி, தூக்கி, நடப்பது மாதிரியே, ஆனால் நடக்காமல், நின்ற இடத்திலேயே வையுங்கள். என்ன சரிதானா? இப்படியே, ஒவ்வொரு தடவையும் ஏழுமுறை எண்ணுவேன். இப்போது நான் சொல்லி, நடந்துகாட்டிய மாதிரியே, முன்னால், பின்னால், முன்னால், பின்னால் என்று ஆறுமுறை நடந்து, கடைசியில் நின்ற இடத்திலேயே, இடது, வலது, இடது, வலது, கால்களைத் தூக்கி, தூக்கிவைத்து விளையாட்டை முடிக்க வேண்டும். சரிதானா?

ஆரம்பத்தில், இந்த விளையாட்டைப் புரிந்துகொண்டு விளை யாடுவதற்கு கொஞ்சம் கஷ்டமாய் இருக்கும். ஆனால், போகப் போக, தொடர்ந்து விளையாட, விளையாட சரியாகிவிடும்.

நன்றாகக் கவனித்துக்கொள்ளுங்கள்.

1, 2, 3, 4, 5, 6, 7, 8, இடது, வலது, இடது, வலது, இடது, வலது, இடது, வலது	முன்னோக்கி வட்டக் கோட்டிலேயே நடத்தல் எண்ணுவதற்கேற்ற தாள லயத்தோடு.
1, 2, 3, 4, 5, 6, 7, 8, இடது, வலது, இடது, வலது, இடது, வலது, இடது, வலது	பின்னோக்கி, பின்புறமாகவே, வட்டக் கோட்டிலேயே நடத்தல், எண்ணுவதற்கேற்ற தாள லயத்தோடு.

1, 2, 3, 4, இடது, வலது, இடது, வலது,	முன்னோக்கி வட்டக் கோட்டிலேயே நடத்தல், எண்ணுவதற்கேற்ற தாள லயத்தோடு.
1, 2, 3, 4, இடது, வலது, இடது, வலது	பின்னோக்கி வட்டக் கோட்டிலேயே நடத்தல், எண்ணுவதற்கேற்ற தாள லயத்தோடு.
1 இடது 2 வலது 3 இடது 4 வலது	நின்ற இடத்திலேயே, கால்களைத் தூக்கி, தூக்கி, தாள லயத்தோடு எண்ணிக்கைக்கு ஏற்றவாறு.

இப்படிப் பலமுறை தொடர்ந்து மேலே சொன்ன வரிசையிலேயே நான், எண்களைச் சொல்லிக்கொண்டிருப்பேன். நீங்கள் அதற்கேற்ற வாறு நடந்துகொண்டேயிருக்க வேண்டும்.

ஒன்று என்று எப்போது சொன்னாலும் உங்கள் இடது காலைத் தான் நீங்கள் உபயோகப்படுத்த வேண்டும் என்று சொல்லி முடிந்ததும் சந்திரன் தலைமையிலான குழு விளையாட ஆரம்பித்தது.

1, 2, 3, 4, 5, 6, 7, 8,

1, 2, 3, 4, 5, 6, 7, 8,

1, 2, 3, 4,

1, 2, 3, 4,

1, 2

1, 2

1

2

3

4

பாதல் சர்க்கார், சுருதி மாறாமல், இனிமையாக தாளலயத்தோடு சொல்ல ஆரம்பித்தார்.

சந்திரனும் அவருடன் குழுவில் வரிசையாக அவர் பின்னால் நின்றுகொண்டிருந்த எட்டு பேரும் நடக்கத் தொடங்கினார்கள். முன்னோக்கி, பின்னோக்கி, முன்னோக்கி, பின்னோக்கி என்று அந்த எண்ணிக்கைகளின், தாளலயத்தோடு, ஒத்துப்போக முடியாமல், பல சமயங்களில், பலர், ஆரம்பத்தில் தடுமாறினார்கள். நாம் சரியாகத் தாளலயத்தோடு நடக்காவிட்டால், குழுவினர் நடப்பதிலிருந்து வித்தியாசமாக, நாம் செய்கிற தவறு பளிச் என்று தெரிகிறது. சந்திரனும் குழுவினரும் தடுமாறும்போது, சிரித்த மற்ற பட்டறை வாசிகள், தங்கள் முறைவந்து விளையாடத் தொடங்கி, விளையாடும் போதுதான், அதிலுள்ள கஷ்டங்களைப் புரிந்துகொண்டார்கள்.

இந்த விளையாட்டில் பல விஷயங்களை நாங்கள் உணர்ந்து கொண்டோம்.

நடக்கும்போது எண்ணுகின்ற எண்ணிக்கையையும் காதில் சரியாக வாங்கிக்கொள்ள வேண்டும், அதற்கேற்றாற்போல, தாளம் மாறாமல், லயத்தோடு கால்களை எடுத்துவைத்து நடக்கவும் வேண்டும்.

அப்படி முன்னோக்கி, பின்னோக்கி, நடக்கும்போது நேர்கோட்டில் நடக்காமல், வட்டத்தின் வளைவான கோட்டிலேயே நடக்க வேண்டும். அதுவும் பின்புறமாக நடக்கும்போதும் வட்டத்தின் வளைவான கோடுகளிலேயே நடக்கவேண்டும்.

இப்படி மாற்றி, மாற்றி எண்ணிக்கைக்கேற்றவாறு முன்னும் பின்னும் நடக்கும்போதும் நாம் ஒரே சீராக விளையாட்டின் கடைசி வரை கால்களை எடுத்துவைத்து, நமக்கு முன்னே நடந்து கொண்டிருப் பவர்க்கும் பின்னே, நடந்துகொண்டிருப்பவர்க்கும் உள்ள இடை வெளியை முன்னும் பின்னும் இரண்டடி எப்போதும் இருக்குமாறு பார்த்து நடக்கவேண்டும். சீராக நடக்காமல் வேகமாக அல்லது மிக மெதுவாக அல்லது கொஞ்ச நேரம் அகன்ற காலடிகளாக, அப்புறம் கொஞ்ச நேரம் கழித்து குறுகிய காலடிகளாக, இப்படி நடந்தால் முன்னேயோ பின்னேயோ நடந்துகொண்டிருப்பவரின் மீது மோதிக்கொள்ள நேரிடும்.

கூட்டுப்பணி, தாளம், லயம், அதனோடு ஒன்றி, சுருதி தாறாமல், வட்டத்தின் வளையத்திலேயே நடத்தல் இதெல்லாம் நாம்

நடிக்கும்போதும் மூன்றாவது தியேட்டரில் மற்ற பாத்திரங்களை ஏற்று நடிப்பவர்களுடன் இயைந்து, முழுமையான ஒரு கலை வெளிப்பாட்டை வெளிப்படுத்த ரொம்பத் துணைபுரியும்.

உடற்பயிற்சி : (இடுப்புச் சுற்றல்)

அதற்குப் பிறகு, கொஞ்சநேரம் உடற்பயிற்சி செய்வோம் என்று சொல்லி, உடற்பயிற்சியின் இன்னொரு வகையைச் சொல்லிக் கொடுத்தார் பாதல் சர்க்கார்.

வழக்கம்போல, வட்டத்தில் நிற்கிறோம். எல்லோரும் சமமாய், எல்லோரும் ஒரே மாதிரியான முக்கியத்துவம் வாய்ந்தவர்களாக.

என்ன செய்ய வேண்டும் என்பதனை, வழக்கம் போலச் சொல்லிக் கொண்டே, செய்து காண்பிக்கிறார்.

"நேராக, நின்றுகொண்டு, இடுப்பை மாத்திரம் வளைத்து, முதலில் இடுப்பை பின்னுக்குத் தள்ளி, அப்படியே பின்னுக்குத் தள்ளிய இடுப்புப்பகுதியை, இடது பக்கமாகவே, வளைந்த நிலையிலேயே, மெதுவாக சுற்றத் தொடங்கி, பின் அப்படியே, இடது பக்கமிருந்து வளைந்த நிலையிலேயே இடது பக்கத்திலிருந்து, முன்புறமாய், வளைந்த நிலையிலேயே கொண்டுவந்து, அதற்குப் பிறகு முன்பக்கமாக வளைத்துவைக்கப்பட்டிருக்கிற இடுப்புப் பகுதியை, அந்த வளைந்த நிலையுடனே, வலதுபக்கம் கொண்டு வந்து, பின் அந்த வளைந்த நிலையிலேயே, பின்பக்கமாய், ஆரம்பத் திலிருந்ததைப்போலக் கொண்டுபோய் விடவேண்டும். முதலில், ஆரம்பத்தில், ஒவ்வொரு பக்கமாக, நான்கு முனைகளுக்கு, மேலே விவரித்தவாறு, இடுப்புப் பகுதியை மட்டும் வளைத்துச் செய்து பழக வேண்டும். அப்படிக் கொஞ்ச நேரம் செய்து பழகிய பிறகு, அந்த நான்கு முனைகளையும் தொடுமாறு, இடுப்புப் பகுதியை மட்டும் வளைத்து, ஒரு வட்டத்தை உண்டாக்குவதைப்போல, தொடர்ந்து வட்டமாகச் செய்ய வேண்டும்.

இடுப்புப் பகுதியை, முடிந்தவரை பின்புறம் கொண்டு செல்ல வேண்டும். அப்படிப் பின்னுக்குத் தள்ளும்போது, மார்பும் தலையும் முன்னுக்கு வரும். அதேபோலவே, இடுப்புப் பகுதியை முன்னுக்குத் தள்ளும்போது, மார்பும் தலையும் பின்னே செல்லும். அப்படிச் செய்தால்தான் அது சரியான முறையாகும்.

'ஹுலா ஹுப்' என்று இடுப்பில் வளையத்தை விட்டுக் கொண்டு ஆடும் ஆட்டம் ஒன்றை நினைவில் கொண்டு வாருங்கள்.

நீங்கள் அதே மாதிரிதான். இடுப்பைச் சுற்றப்போகிறீர்கள். ஆனால் கொஞ்சம் பெரிய வட்டமாக, இடுப்பைச் சுற்றப் போகிறீர்கள். 'ஹுலாஹுப்' விளையாட்டில் இடுப்பில் சைக்கிள் டயர் மாதிரி, பெரிய அளவில் பிளாஸ்டிக் வளையம் மாட்டியிருப் பார்கள். நாம் இப்போது விளையாடும் விளையாட்டில் அது இல்லை. அவ்வளவுதான். என்று சொல்லி எல்லோரையும் ஒரே சமயத்தில் இந்த விளையாட்டை வட்டத்தில் நின்றவாறே விளையாடச் சொன்னார். முந்தைய விளையாட்டுகளைப் போலவே, ஒவ்வொருவரின் முன் நின்று, செய்கின்ற தவறுகளை ஒவ்வொருவருக்கும் திருத்தி, சரியாக விளையாடச் செய்தார்.

கொஞ்சநேரம் இப்படி விளையாடியதும் இப்போது இதுவரை இடது பக்கமாகவே இடுப்பைச் சுற்றினீர்கள். இனி வலது பக்கமாகவும் இதே விதிமுறைகளோடு கொஞ்ச நேரம் சுற்றுங்கள் என்றார்.

தாளலயத்தோடு, நாமே மெதுவாக சிலையாதல்

சிலை விளையாட்டுக்களில் இது ஒருவகை.

வட்டமாக நிற்கிறோம். பெரிய வட்டமாக. கைகால்களை தாராளமாக வீசுவதற்கு இடைவெளி விட்டு.

1-2-3-4-5-6-7-8 என்று வரிசையாக, பாதல் சர்க்கார், மெதுவான வேகத்தில் சொல்லிக்கொண்டிருக்கிறார். ஒண்ணு என்று சொல்லத் தொடங்கும்போது, ஏதோ ஒரு சிலை வடிவமாக, ஆவதற்காக, மிக மெதுவான (Slow Motion) வேகத்தில், நாம், மனதில் கற்பனை பண்ணிக்கொண்டிருக்கிற, அந்த சிலைவடிவமாக, ஆவதற்காக, நம் உடலின் எல்லா பாகத்தையும் அல்லது கற்பனை பண்ணியிருக்கிற அந்தச் சிலைக்கு தேவையான நமது உடலின் பாகங்களை, இயக்கத் தொடங்குகிறோம் - மனதில் கற்பனைத்துக் கொண்டிருக்கிற அந்தச் சிலையாவதற்காக.

கவனிக்கவேண்டிய விஷயம். மிகமிக மெதுவான வேகத்தில், உடம்பை இயக்கத்திற்குள்ளாக்குகிறோம். (slowmotionஇல்) வரிசையாக எண்களை, ஒன்றிலிருந்து சொல்லிக்கொண்டிருக்கும்

பாதல் சர்க்கார், எட்டு என்று சொல்லி முடிக்கிறபோது நமது உடலின் பாகங்கள்-அதுவரை, நாம் கொடுத்த மெதுவான இயக்கத்தின் விளைவாக எந்த நிலையை அடைந்திருக்கிறதோ- நமது கைகள்-கால்கள்-உடம்பு-தலை-எல்லாம் எந்தக் கோணத்தில், எந்த போஸில், என்ன நிலையை அடைந்திருக்கிறதோ அதே நிலையில், உறைந்து (Freeze) விடுகிறோம். அந்த உறைநிலையிலேயே- கொஞ்சநேரம்-அப்படியே, அந்த முடிக்கப்பட்ட-அல்லது முடிக்கப்படாத சிலையாக இருக்கிறோம்.

கொஞ்ச நேரம் கழித்து- பாதல் சர்க்கார், 'மாற்றுங்கள்' என்று சப்தமிடுகிறார். திரும்ப, உறை நிலையிலிருந்து மெதுவாக இயங்கத் தொடங்குகிறோம். பாதல் சர்க்கார், எண்ணிக் கொண்டிருக் கிறார். 1-2-3-4-5-6-7-8 என்று திரும்ப, மிக மெதுவாக எண்ணிக் கொண்டிருக்கிறார். ஏற்கெனவே, நாம் உருவாக்கியிருந்த சிலை நிலையினை கலைத்துவிட்டு பிறிதொரு சிலைவடிவம் ஏதாவது ஒரு சிலைவடிவம் அடுத்த கற்பனையில் தோன்றிய உருவத்தின் அல்லது உருவமில்லாத தன்மையின் சிலையாவதற்காக பாதல் சர்க்கார் மிக மெதுவாக எண்ணிக்கொண்டிருக்கிற அந்த எண்களின், மிக மெதுவான மிருதுவான தாளலயம் கொண்ட எண்ணிக்கைக்கு ஏற்றவாறு, நாம் திரும்பவும் Slow motionஇல் நமது உடலை இயக்கத் தொடங்குகிறோம். எட்டு என்று சொல்லி முடிக்கிறார்.

திரும்பவும் உறை நிலை. நாம், நம்முடைய இரண்டாவது சிலை வடிவத்தை முடித்த அல்லது முடிக்கப்படாத சிலை வடிவத்தை, நம் உடல்களால் அமைத்திருக்கிறோம். முன்பு போலவே, கொஞ்ச நேரம் உறைநிலை தொடர்கிறது.

மூன்றாவது முறை-நான்காவது முறை என்று, பாதல் சர்க்கார் தொடர்ந்து எட்டு வரை எண்ணுகிறார். ஒவ்வொரு எட்டிற்குப் பிறகும் உறைநிலை-புதிய சிலை வடிவங்கள்-'மாற்றுங்கள்' என்று சப்தமிடுகிறார். தொடர்கிறது விளையாட்டு.

கொஞ்ச நேரத்திற்கு ஒருமுறை வட்டமாய் அந்த பந்தலின் கீழே 27 சிலைகள், மனித உடலைக் கொண்டு அமைந்த சிலைகள், ஒவ்வொருவரும் தங்களுக்குத் தாங்களே சிற்பிகளாக இருந்து அமைத்துக்கொண்ட சிலைகள். என்ன கண் கொள்ளாக் காட்சி! ஆனால், யாருடைய காட்சிக்காகவும் இந்தப் பயிற்சியில்லை. சரியாகச் சொல்லப்போனால் பட்டறையின்போது, பட்டறையின்

எல்லா நாட்களிலும் பார்வையாளர்கள் அனுமதிக்கப்படவேயில்லை. பார்வையாளர்கள் அனுமதிக்கப்படுவதை பாதல் சர்க்கார் விரும்பவில்லை என்று பட்டறை ஆரம்பிப்பதற்கு முன்னேயே, வாசுதேவும் அரனாவாஸ் வாசுதேவும் சோழமண்டல வாசிகளுக்குத் தெரிவித்திருக்கிறார்கள் போலிருக்கிறது.

சோழமண்டல வாசிகள் யாரும் வந்து, அந்தப் பந்தலில் வேடிக்கைப் பார்ப்பதில்லை.

இந்தக் கண்டிப்பை அறியமுடியாமல் போய், பட்டறை நடக்கிறதே, பார்ப்போமே என்று வந்த தோட்டம் கிருஷ்ணமூர்த்தியும் அவருடைய சகோதரியும் சிறுகதையாசிரியர் பா.செயப்பிரகாசமும் யாரோ விவரம் தெரியாமல் வேறு வேலையாக சோழ மண்டலத்திற்கு வந்த இரண்டு பேர், இந்தப் பயிற்சிகளை, தூர இருந்து பார்த்து கவரப்பட்டு, பக்கத்தில் வந்து இருந்து பார்க்கலாமே என்று பட்டறைப் பந்தலுக்கு அருகே வந்து சௌகரியமாக தரையில் உட்கார்ந்தபோதும் பட்டறை வாசிகளில் வீதி நிர்வாகிகளோ, அல்லது வேறு யாரோ, பாதல் சர்க்காரிடம் அனுமதிபெற்று, பட்டறையிலிருந்து எழுந்துசென்று இதமாக அவர்களிடம் நிலையை விளக்கியதும் உண்டு.

ஆமாம். அதுசரிதான். இந்தப் பயிற்சிகளில், பல பயிற்சிகள், திடீரென்று பார்க்கும்போது, அபத்தமாகத் தோன்றும். அவையெல்லாம் உண்மையில் அபத்தங்களா? அவையெல்லாம் அபத்தங்களாயிருந்தால் இந்த வாழ்வு முழுவதுமே அபத்தங்களாகட்டும் என்றெல்லாம் கூட அவன் பட்டறையின்போது பல சமயங்களில் சிந்தனை வயப்பட்டிருக்கிறான்.

ஒலிக்கும், உடலுக்கும் லயசுருதி இயக்கத்தில் என்னன்னவோ நடக்கிறது.

பாதைகளும் பாத்திரங்களும்

இதுவரை விளையாடிய விளையாட்டுக்களிலிருந்து, சற்று மாறுபட்டு, இதுகாறும் பெற்ற பயிற்சிகளெல்லாம் மூன்றாவது தியேட்டரைப் பொருத்தவரை எதை நோக்கியது என்று, புகை மூட்டமான, அர்த்தத்தெளிவுகள், அதன் தொடர்பான, சிந்தனை அலைகளையும் உள்ளத்தில் தோற்றுவிக்கக் காரணமாயிருந்தது இந்த விளையாட்டு.

பட்டறையின் பயிற்சிகள் ஒரு குறிக்கப்பட்ட வேகத்தில் பரிணாம வளர்ச்சி அடைந்துகொண்டிருப்பதின் முதல் நிழல்களை-பட்டறைவாசிகளுக்குக் காட்டிய விளையாட்டு. பாதல் சர்க்கார், இந்தப் புதிய விளையாட்டை, விவரிக்கத் தொடங்கினார். வட்டமாக நிற்கிறோம். பிரபஞ்சன் ஒரு கட்டுரையில் குறிப்பிட்டதைப் போல, எவர் பேசுவதையும் எவரும் கேட்கின்ற வட்டம், எவர் முகத்தையும் எவரும் பார்க்க சாத்தியமுள்ள வட்டம்.

விளையாட்டை விளையாட வேண்டிய முறை

1. வட்டத்திலிருந்து ஒரு பாதிப்பேர் பிரிந்து ஒருபக்கம் வரிசையாக நின்றுகொள்ளுங்கள்.

2. இன்னொரு பாதிப்பேர், அவர்களுக்கு எதிர்ப்புறத்தில், வரிசையாக நின்றுகொள்ள வேண்டும் ஏதாவது ஒரு வரிசையில் ஒருவர் அதிகம் இருந்தால் பரவாயில்லை. அது பற்றி கவலைப்பட வேண்டாம்.

3. இரண்டு வரிசையினரும் எதிர் எதிரே முகங்களைப் பார்த்தபடி வரிசையாக அமைந்திருக்கிறார்கள்.

4. இரண்டு வரிசைகளுக்கும் நடுவே உள்ள இடம்தான் விளையாடும் இடம். ஆகவே பந்தலுக்குக் கீழே, விளையாடுவதற்கு எவ்வளவு இடம் இருக்கிறதோ அவ்வளவு இடத்தையும் நாம் பயன்படுத்துவோம். அப்படிப் பயன்படுத்த வேண்டுமானால்-நீண்ட செவ்வகமாக இருக்கின்ற இந்தப் பந்தலின்-நீளவாட்டில்-இந்தப் பந்தலின் நீளத்தை நிர்ணயிக்கிற-அந்தக் கோட்டில்-கோட்டின் ஆரம்பத்திலிருந்து-ஒரு முனையிலிருந்து கடைசிவரை நில்லுங்கள். நன்றாக ஒருவருக்கொருவர் இடம்விட்டு நில்லுங்கள். நாம்தான்-பந்தலின் முழு விஸ்தீரணத்தையும் பயன்படுத்தப் போகிறோமே? அதே போலத்தான் எதிர்வரிசையும்-பந்தலின்-இன்னொரு பக்க நீளத்தை நிர்ணயிக்கிற நீளக்கோட்டில்-முதல் முனையிலிருந்து-இந்த நீளக் கோட்டின் கடைசி முனைவரை நில்லுங்கள்.

5. நான் இப்போது கைகள் இரண்டையும் தட்டி, ஒலியெழுப் பியதும்-முதலில்-இடது பக்கம் நிற்கிற இந்த வரிசையிலிருந்து-முதலாவதாக நிற்கிற-கார்வண்ணன் இடத்தைவிட்டுக் கிளம்பி நடக்கத் தொடங்கவேண்டும். அவர் கார்வண்ணன்-இந்த நீண்ட

செவ்வகமான-பந்தலின்கீழ் உள்ள விளையாட்டுப் பரப்பாக-நாம் தேர்ந்தெடுத்துள்ள இந்த விஸ்தீரணத்தில்-எப்படி வேண்டுமானாலும்- ஒருமுறை நடந்துசென்று, தனக்கான ஒரு வழியை ஏற்படுத்திக்கொள்ள வேண்டும். அது குறுக்காக இருக்கலாம். நெடுக்காக இருக்கலாம். வளைந்துவளைந்து போகிற பாதையாக இருக்கலாம். அவருடைய பாதையை, அவர் தேர்ந்தெடுத்துக் கொள்ளலாம். அல்லது, கொஞ்ச தூரம், நேராக நடந்துபோய், அப்புறம் வளைந்து, அப்புறம் நேராகப் போய், அப்புறம், முக்கோணமாகப் போய்-இப்படி, எப்படி வேண்டுமானாலும் அவர் தன் பாதையை, தனக்கான பாதையைத் தேர்ந்தெடுத்துக் கொள்ளலாம். ஆனால், முடிந்தவரை, இந்த விளையாட்டுப் பரப்பின் முழு விஸ்தீரணத்தையும் பயன்படுத்துவதைப்போல, ஒரு நீண்ட பாதையைத் தேர்ந்தெடுத்துக்கொள்ள வேண்டும். இப்படி, ஒருமுறை, அவர் தேர்ந்தெடுத்த பாதையில் நடந்துபோய், மீண்டும் அவர் தான் புறப்பட்ட இடத்திற்குத் திரும்பி வந்தபிறகு, தான் தேர்ந்தெடுத்த பாதையை நினைவில் வைத்துக்கொள்வதற்காக, இன்னொரு முறை, அதே பாதையில், முன்பு தேர்ந்தெடுத்த பாதையிலேயே நடந்துபோய், தான் தேர்ந்தெடுத்த பாதையை நினைவில் வைத்துக்கொண்டு, திரும்ப புறப்பட்ட இடத்திற்கே திரும்பி வந்து விட வேண்டும்.

6. இப்படி அவர் இரண்டு முறை, தான் தேர்ந்தெடுத்துக் கொண்ட ஒரே பாதையில் நடந்து பழக்கப் படுத்திக்கொண்ட பிறகு, நான் அடுத்தமுறை கைகளைத் தட்டி ஒலியெழுப்புவேன். கார்வண்ணனுக்கு அடுத்து உள்ளவர் இப்போது தான் இருக்குமிடத்திலிருந்து கிளம்பி நடக்கத்தொடங்க வேண்டும். கார்வண்ணனுக்கு அடுத்து நிற்கிற சம்பந்தனும் இதே மாதிரி தனக்குப் பிடித்தமான பாதையை இந்த விளையாட்டுப் பரப்பில் தேர்ந்தெடுத்துக்கொண்டு இரண்டு முறை அதே பாதையில் நடந்து அந்தப் பாதையை நினைவில் வைத்துக்கொண்டு புறப்பட்ட இடத்திற்கே வந்துவிட வேண்டும். அவர், கார்வண்ணன் தேர்ந்தெடுத்துக்கொண்ட அதே பாதையைத் தேர்ந்தெடுத்துக்கொள்ளக் கூடாது. இவ்வளவு பெரிய விளையாட்டு விஸ்தீரணத்தில் உங்களுக்கென தனியாக ஒரு பாதையைத் தேர்ந்தெடுத்துக்கொள்ள முடியாதா என்ன?

7. நான் இப்படி கைதட்டுவதை, வரிசையில் உள்ள ஒவ்வொருவரும்-இரண்டு தடவை ஒரே பாதையில் நடந்து

முடிந்தபிறகு-ஒவ்வொரு முறையும் செய்வேன். இங்கே இரண்டு வரிசைகளிலும் உள்ள அனைவரும், 27 பேரும் தங்களுக்கான பாதையை தேர்ந்தெடுத்து அந்தஅந்த அவர்களுடைய பாதையில் இரண்டு முறை நடந்து முடிக்கும்வரை.

8. அப்படி நீங்கள் எல்லோரும் தேர்ந்தெடுத்து முடித்த பிறகு-விளையாட்டின் அடுத்த பகுதி ஆரம்பமாகிறது.

9. இப்போது ஒவ்வொரு கைதட்டலுக்கும் வரிசையாக ஒவ்வொருவராக தாங்கள் நின்றுகொண்டிருக்கும் இடத்திலிருந்து கிளம்பி, முன்பு தாங்கள் தேர்ந்தெடுத்துக்கொண்ட பாதையிலேயே நடக்கத்தொடங்க வேண்டும்.

10. ஆனால், இந்த முறை, நீங்கள் நடந்து முடிக்கின்றவரை, நான் அடுத்த கைதட்டலை நிறுத்திவைத்திருக்கமாட்டேன். நீங்கள் இடத்தைவிட்டு கிளம்பிய உடனேயே அடுத்த கைதட்டலை செய்வேன். இப்படியே ஒவ்வொரு கைதட்டலுக்கும் ஒவ்வொரு வரும் கிளம்பி அவரவர்கள் தேர்ந்து எடுத்துக்கொண்ட பாதையிலே நடக்கத் தொடங்க வேண்டும்.

11. இதற்குப் பிறகு, அதாவது, நீங்கள் அப்படி, உங்கள் பாதையிலே நடக்கத் தொடங்கிய பிறகு, இந்த விளையாட்டை தொடர்ந்து எப்படி விளையாடுவது என்பதை நன்றாகக் கவனியுங்கள்.

12. ஒருமுறை அல்லது இருமுறை, தொடர்ந்து உங்கள் பாதை யிலேயே நடந்துகொண்டிருங்கள். இப்போது 27 பேரும் அவரவர்கள் தேர்ந்தெடுத்துக்கொண்ட இந்தப் பாதையிலே ஒரே சமயத்தில் நடந்துகொண்டிருப்பதால் நீங்கள் உங்கள் பாதையிலே நடந்துகொண்டிருக்கும் போது அந்தப் பாதையின் குறுக்கே வேறு யாருடைய பாதையாவது குறுக்கிடக்கூடும். அப்போது அந்தப் பாதையிலே நடந்துவருகின்ற ஒருவர் உங்கள் பாதையில் குறுக்கிடுவதால் நீங்கள் மேலே உங்கள் பாதையில் நடக்க முடியாதபடி தடங்கல்கள் ஏற்படக்கூடும். அப்போது அந்த மாதிரி தடங்கல் ஏற்படும்போது நீங்கள் அப்படியே நின்று வழிவிடுங்கள். எதிரில் அல்லது குறுக்கே வந்து உங்கள் பாதையில் உங்களை தொடர்ந்து நடக்க முடியாமல் குறுக்கிட்டவர் உங்களைக் கடந்து போன பிறகு, நீங்கள் உங்கள் பாதையிலே நடையைத் தொடருங்கள். அதுசரி. அப்படி எதிரில் வருகிறவரும் நீங்கள் முதலில் உங்கள் பாதையில் போகட்டும் என்று நினைத்து

அப்படியே நின்று வழிவிடுவாரேயானால் நீங்கள் உங்கள் பாதையிலே நிற்காமல் தொடர்ந்து செல்லுங்கள்.

13. இதுபோன்ற இடைஞ்சல்-ஒருவேளை அடிக்கடி உங்கள் பாதையில் நேரலாம். எல்லாச் சமயங்களிலும்-முன்பு சொன்ன படியே விதிமுறைகளை அனுசரியுங்கள். இரண்டு பேரும் முதலில் அவர் போகட்டும் என்று பரஸ்பரம் நினைத்து பாதி வழியிலேயே நின்றுகொண்டிருக்காதீர்கள். அப்படிச் செய்தீர்களேயானால் விளையாட்டை முழுமையாக உங்களால் விளையாட முடியாமல் போய்விடும்.

14. அப்படி, ஒருமுறை, இரண்டுமுறை, என்று தொடர்ந்து நீங்கள் தேர்ந்தெடுத்துக்கொண்ட அதே பாதைகளில் நடந்து கொண்டிருக்கும்போதே ஏதாவது ஒரு பாத்திரமாக நீங்கள் மாறுவதற்கு மனதிலேயே சிந்தனை செய்துகொண்டு நடையைத் தொடருங்கள். உதாரணமாக விவசாயியாக, தொழிலாளியாக, குமாஸ்தாவாக, கடுமையான வயிற்றுவலியால் அவதிப்படுகிற ஒரு மனிதனாக, ஓவியனாக, பெரிய முதலாளியாக, பண்ணையாராக, வாத்தியாராக, வியாபாரியாக, கூலிக்காரனாக, தயிர் விற்பவனாக, சமூக சேவகியாக, (பெண் பாத்திரமாகவும் கற்பனை செய்து கொள்ளலாம்), இப்படி உலகில் நீங்கள் சித்தரிக்க, கற்பனை பண்ண, பாத்திரங்களாயில்லை? ஓய்வுபெற்ற உத்தியோகஸ்தனாக, வேலை தேடும் இளைஞனாக, இப்படி, ஏதாவது ஒரு பாத்திரம்.

15. அப்படி, எந்தப் பாத்திரமாக, நீங்கள் ஆவது என்பதை முடிவுசெய்துகொண்ட பிறகு- அப்படி நடந்துகொண்டிருக்கும் போதே-அந்தப் பாத்திரமாகவே-மெதுவாக உருமாற்றம் செய்து கொள்ளுங்கள். அதாவது நீங்கள் தேர்ந்தெடுத்துக்கொண்ட பாத்திரம்-ஒரு பிச்சைக்காரனாகயிருந்தால், அவர் எப்படி ரோடுகளில் நடப்பார், அதேபோல நடக்கத் தொடங்குகள். எப்படி, அவர் மற்றவர்களைப் பார்ப்பார், மெதுவாக அதேபோல பார்க்கத் தொடங்குங்கள். நீங்கள் தேர்ந்தெடுத்துக்கொண்ட பாத்திரமாக மாறிவிடுங்கள் என்று சொல்லுகிறேன். அந்தப் பாத்திரத்தின் குண அம்சங்களை ஒவ்வொன்றாக-உங்கள் மனதில் கற்பனித்து-உடல் பூர்வமாக செயல்படுத்தத் தொடங்குங்கள். இப்படி அந்தப் பாத்திரத்தின் குண விசேஷங்களை-நீங்கள் ஸ்வீகரித்து-நடைமுறைப்படுத்துவதெல்லாம்-நீங்கள் உங்கள் பாதையிலேயே நடந்துகொண்டே செய்ய வேண்டிய காரியம்.

16. அதற்கு அடுத்தபடி இந்த விளையாட்டில், நீங்கள் அப்படி தேர்ந்தெடுத்துக்கொண்ட அந்தப் பாத்திரமாக மாறிய பிறகு-அந்தப் பாத்திரம்-சமூகத்தில்-வீட்டில்அலுவலகத்தில்-சுற்றுப் புறத்தில்-தனிமையில், ரோட்டில் எப்படி நடந்துகொள்கிறார், மற்றவர்களோடு, இந்தப் பாத்திரம் என்ன மாதிரியான உறவை வைத்துக்கொள்கிறது என்று கற்பனை பண்ணி, நீங்கள் நடந்து கொண்டிருக்கும்போதே, அவைகளை செயலாக்குங்கள். நீங்கள் தேர்ந்தெடுத்துக்கொண்ட பாதை, நீங்கள் அதிலேயே தொடர்ந்து நடக்க வேண்டும் என்பதற்காகத்தானே தவிர-அது ரோடு இல்லை. அது சாலையாகவும் இருக்கலாம்-மரங்கள் அடர்ந்த தோப்பாகவும் இருக்கலாம். வீட்டில் ஒரு பகுதியாகவும் ஆகலாம். அலுவலகமாகவும் ஆகலாம். தொழிற்சாலையாகவும் ஆகலாம். இப்படி-நீங்கள் தேர்ந்தெடுத்துக்கொண்ட உங்கள் பாத்திரத்திற்குத் தேவையான, எந்த நிலைக்களனாகவும் அது ஆகலாம். என்ன சரிதானா? ஆனால், நீங்கள் அந்தப் பாதையிலேயே தொடர்ந்து நடக்க வேண்டும் என்பது ஒரு விதி. ஏதாவது ஒன்றை சித்தரித்து, ஸ்தாபிப்பதற்காக, நீங்கள் சில நிமிஷங்கள் உங்கள் பாதையிலேயே உட்காரலாம். ஆனால், ரொம்ப நேரம் அப்படியே உட்கார்ந்துவிடாதீர்கள். நீங்கள் தேர்ந்தெடுத்துக்கொண்ட அந்தப் பாத்திரத்தின் மற்ற வாழ்க்கைப் பகுதிகளை சித்தரியுங்களேன். உதாரணமாக, நீங்கள் இமயமலையில் தவம் செய்து வாழும் ஒரு துறவியாக, ஒரு பாத்திரமாக ஆகிறீர்கள் என்று வைத்துக்கொள்ளுங்கள். அந்தத் துறவி மோட்சம் அடைகிறவரை தவத்திலேயே உட்கார்ந்திருப்பதாக கற்பனை பண்ணி ஒரே இடத்திலேயே உட்கார்ந்திருந்தீர்களேயானால் இந்த விளையாட்டில் நீங்கள் அடையவேண்டிய முழு பயன் களையும் அடைய முடியாமல் போகலாம். ஆகவே, அப்படி யெல்லாம் செய்யாமல், உங்கள் கற்பனைச் சிறகுகளை விரித்து, நன்றாகப் பறக்கவிடுங்கள்.

17. நீங்கள் தேர்ந்தெடுத்துக் கொண்டிருக்கிற அந்தப் பாத்திரத்தைப் பற்றி ஒரு நாவல் எழுதுவதாக மனதில் நினைத்துக் கொள்ளுங்கள். அப்படியானால் உங்கள் கற்பனை அந்தப் பாத்திரத் தைச் சுற்றி எவ்வளவு நிகழ்ச்சிகள் பின்னப்பட வேண்டுமென்பதை உங்களுக்குச் சொல்லும். உங்கள் பாத்திரம் செத்துவிட்டது என்று விளையாட்டு முடிவதற்குள்ளேயே, ஒரு இடத்தில் படுத்து விடுவதில் என்ன பயன்?

18. அதேபோல பெண் பாத்திரம் ஏதாவது ஒன்றாக நீங்கள் ஆகிறீர்கள் என்று வைத்துக்கொள்வோம். அதை சும்மா, ஒரு நகைச்சுவைக்காக பண்ணுவதில் ஒரு பிரயோசனமுமில்லை.

அந்தப் பெண்பாத்திரமாகவே உங்களை உருமாற்றிக்கொண்டு, அந்த மாற்றம் உங்களிடையே முழுவதுமாக நிகழ தயவுசெய்து உங்களை நீங்கள் அனுமதியுங்கள். அப்போது அந்தப் பெண்பாத்திரம் அது எந்தப் பாத்திரமாக இருந்தாலும் அந்தக் கற்பனை விரிவதற்குரிய கண்டிப்பான சாத்தியக்கூறுகள் உங்களுக்கு புலப்படும்.

19. கூடுமானவரை, அதிகமாக பேசாதீர்கள். ஒன்றிரண்டு அவசியமான சப்தங்கள், சொற்களை வேண்டுமானால், உபயோகியுங்கள். ஆனால் மிகச்சிக்கனமாக சப்தங்களையும் சொற்களையும் இந்த விளையாட்டில் விளையாட வேண்டும் என்பது ஒருவிதி. மேலும், நீங்கள் பேசினால் உங்கள் பாதையில் உங்களை எதிர்ப்படுபவர்கள் பதில் பேசுவார்கள் என்று எதிர்பார்ப்பதற்கில்லை. அவர்கள் என்ன பாத்திரங்களை தங்களுக்காக ஸ்வீகரித்துக் கொள்கிறார்களோ அந்த பாத்திரங்களின் தன்மைக்கேற்றவாறுதானே அவர்கள் நடந்துகொள்ள முடியும்.

இவ்வளவுதான் விதிமுறைகள். இனிமேல் நீங்கள் விளையாடத் தொடங்கலாம், நான் கைதட்ட ஆரம்பித்த பிறகு. ஒரே ஒரு முக்கியமான விஷயம்:- நீங்கள் இந்த விளையாட்டை யாருக்கும் விளையாடிக் காண்பதற்காக விளையாடப் போவதில்லை. அடடா, இந்தப் பாத்திரமாகவே அவர் எப்படி மாறிவிட்டார் என்று யாரும் உங்களைப் பார்த்து பாராட்டுவதற்காக விளையாடப் போவதில்லை. இந்த விளையாட்டு உங்களுக்காகவே நீங்கள் விளையாடுகிறீர்கள். சரிதானே? என்று கடைசி விதிமுறையையும் சொல்லிமுடித்து, முதல் கைதட்டலை ஒலிக்கிறார். விளையாட்டு துவங்கிவிட்டது.

விளையாடிக் கொண்டிருக்கும்போது, யாராவது ஒருவர் ஏதாவது தவறு செய்தால் பாதல் சர்க்கார் அவர்களிடம் சென்று அவர்கள் பக்கத்திலேயே கூட நடந்துகொண்டு, மிருதுவான குரலில் அவர் என்ன தவறு செய்கிறார், விளையாட்டில் எந்த விதிமுறையை மீறியிருக்கிறார், எந்த விதிமுறையை கவனிக்காது விட்டிருக்கிறார் என்று பிறருக்கு கேட்காவண்ணம் சொல்லி, விளையாட்டில் விளையாடிக்கொண்டிருக்கிற மற்றவர்களுக்கு இடைஞ்சலில்லாமல் தவறுகளை திருத்தினார்.

கொஞ்ச நேரம் அப்படி விளையாடி முடித்தபிறகு, பாதல் சர்க்கார் திருப்தியுற்றவராக கைதட்டி விளையாட்டு முடிந்துவிட்டது என்று அறிவித்து மகோன்னதமான அந்தப் பட்டறையின் அந்த வேலை நாளை முடிக்கிறார்.

இரண்டு வட்டங்கள்:- (இயக்கம் + ஒலியுடன். இரண்டிரண்டு பேராக)

மூன்றாவது நான் காலையில் விளையாட ஆரம்பித்த விளை யாட்டு, ரொம்பவும் உற்சாகமான விளையாட்டு.

முதலில் வட்டமாக நின்று, பிறகு அதே வட்டத்தையே, அந்த நீண்ட செவ்வகமான பந்தலில் கீழ்க்காணுமாறு அமைத்துக் கொண்டோம்.

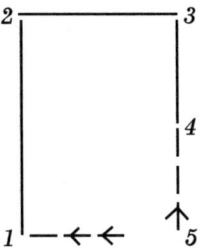

அதாவது, படத்தில், 1 லிருந்து 2 வரை, 14 பேர் நிற்பதைப் போலவும், 2லிருந்து 4வரைக்கும், 14 பேரும், படத்தில் காட்டியுள்ள கோடுகள் அமைத்துக் கொடுக்கின்ற அமைப்பில் ரொம்பவும் எளிமையான இயக்கங்கள் உள்ள விளையாட்டு. பாதல் சர்க்கார், எப்போதையும்போல, இப்போதும் இரண்டு கைகளையும் தட்டி எழுப்புகின்ற முதல் ஒலியுடன் விளையாட்டு ஆரம்பிக்கிறது.

படத்தில் 2 என்ற இடத்திலிருந்து 1 என்ற இடம்வரை, வரிசையாக 14 பேர் நிற்கிறார்கள். அதில் 2 லிருந்து 1 வரை இருக்கின்ற வரிசைகளில் 2 என்ற இடத்தில் அக்கினி புத்திரன் முதலாவதாக நிற்கிறார். ஆகவே அந்தக் குழுவை, அந்த 14 பேரையும் அக்கினி புத்திரன் குழு என்று அழைப்போம்.

அதேபோல, படத்தில், 2லிருந்து 3, 3லிருந்து 4வரையிலானது ⌐ என்ற அமைப்பில், பட்டறைவாசிகளில் இன்னொரு குழுவான

14 பேர் வரிசையாக நிற்கிறார்கள் இந்தக்குழு - 2லிருந்து 4 வரை நீடிக்கின்ற இந்த வரிசையில், 2 என்ற இடத்தில் முதலாவதாக நிற்பவர், விவேகானந்தன். ஆகவே, இந்தக் குழுவை, ஒரு சௌகரியத்திற்காக விவேகானந்தன் குழு என்று அழைப்போம்.

இந்த 28 பேரும், நான் உட்பட, (என்னைச் சேர்ந்தால்தானே 28 ஆகிறது) பந்தலில் உட்பக்கமாக, பார்த்துக்கொண்டு நிற்கிறோம். அதாவது, அக்கினி குழுவினரும் விவேகாந்தன் குழுவினரும் ஒரு குழுவின் முகத்தை இன்னொரு குழுவின் முகம் பார்த்துக் கொள்வதைப் போல.

1. இப்போது நான் கை தட்டி ஒலி எழுப்பியதும் 2 என்ற முனையிலிருந்து அக்கினி குழுவிலிருந்து அக்கினியும் விவேகானந்தன் குழுவிலிருந்து விவேகானந்தனும் தாங்கள் இருக்கும் இடத்திலிருந்து கிளம்பி 5 என்ற முனையை நோக்கி நடக்க வேண்டும். (படத்தில் 2 என்ற முனைக்கும் 5 என்ற முனைக்கும் இடையே சாய்வான நேர்கோட்டில் அக்கினியும் விவேகானந்தனும் நடக்க வேண்டும். (diagonal ஆக).

2. அப்படி 5 என்ற முனையை இருவரும் ஒரே நேரத்தில் அடைந்ததும் அக்கினிபுத்திரன் வலது பக்கமாக திரும்பி 5 என்ற முனையிலிருந்து 1 என்ற முனைக்கு சென்று அங்கே அக்கினிபுத்திரன் குழுவில் கடைசியில் இருப்பவரின் பக்கத்தில் நின்றுவிடவேண்டும்.

3. அதேபோல, 5 என்ற முனையிலிருந்து, விவேகானந்தன் இடது பக்கமாக திரும்பி, 4 என்ற முனையைச் சென்றடைந்து, அங்கே விவேகானந்தன் குழுவில் கடைசியில் நிற்பவரின் பக்கத்தில் சென்று நின்றுவிடவேண்டும்.

4) இப்போது அப்படி புறப்பட்ட இடத்திலிருந்து தங்கள் குழுவில் கடைசியாக வந்துசேர்ந்து நின்றுகொள்ளும்வரை அக்கினி புத்திரனும் விவேகானந்தனும் எப்படி அவர்கள் அந்த தூரத்தைக் கடக்கவேண்டும் என்பதற்கான விதிகள்,

(அ) இரண்டு பேரும் 2லிருந்து 5என்கிற முனைவரை ஒருவருக் கொருவர் பக்கத்திலேயே இணையாக போக வேண்டும்.

(ஆ) ஒருவர் கொஞ்சம் வேகமாக, அல்லது ஒருவர் கொஞ்சம் மெதுவாக நடப்பது கண்டிப்பாக தவிர்க்கப்பட வேண்டும்.

(இ) இதற்கான பொறுப்பு இருவருக்கும் இருக்கிறது. ஆகவே நடக்கும்போது ஒருவருக்கொருவர் அடிக்கடி பார்த்துக்கொண்டு இணையான வேகத்தில் செல்ல வேண்டும்.

5 என்ற முனையில் இருவரும் பிரிந்து அக்கினிபுத்திரன் 1 என்ற முனையை நோக்கி போகும்போதும் அதேபோல விவேகானந்தன் 4 என்ற முனையை நோக்கி போகும்போதும் பக்கத்தில் போகா விட்டாலும்கூட வேகம் சீராக இருத்தல் வேண்டும்.

(ஈ) அக்கினிபுத்திரனும் விவேகானந்தனும் தங்கள் தங்கள் இடத்திலிருந்து என் கைதட்டல் ஒலிகேட்டு புறப்பட்டதும் அவர்கள் புறப்பட்டதால் ஏற்பட்ட காலி இடத்தை, அக்கினிபுத்திரன் புறப்பட்டுச் சென்றதால் ஏற்பட்ட காலியிடத்தை, அக்னிபுத்திரன் குழுவில் அக்னிபுத்திரனுக்கு அடுத்ததாக வரிசையில் நின்று கொண்டிருக்கும் சந்திரன் உடனடியாக நகர்ந்து, அக்கினிபுத்திரன் நின்றிருந்த இடத்தில், நின்றுகொள்ள வேண்டும். அதேபோல, விவேகானந்தன் புறப்பட்டதால், விவேகானந்தன் குழுவில் ஏற்பட்ட காலியிடத்தை, விவேகானந்தன் குழுவில், விவேகானந்தனுக்கு அடுத்ததாக வரிசையில் நின்றுகொண்டிருக்கும் பரமேஸ்வரன், விவேகானந்தன் நின்றிருந்த இடத்தில் நகர்ந்து நின்று காலியிடத்தை நிரப்ப வேண்டும். அப்படி அக்கினிபுத்திரன் குழுவில் சந்திரனும் விவேகானந்தன் குழுவில் பரமேஸ்வரனும் நகர்வதால், வரிசையில் ஏற்படும் காலியிடங்களை இரண்டு குழுவிலும் வரிசையில் நின்று கொண்டிருக்கும் இரண்டு குழுவினரும் அப்படி அப்படியே பக்கவாட்டில் கொஞ்சம் கொஞ்சமாக நகர்ந்து, வரிசையில் இடைவெளிவிடாமல் சேர்ந்து நின்றுகொள்ள வேண்டும். இந்த இயக்கமெல்லாம் அக்கினிபுத்திரனும் விவேகானந்தனும் தாங்கள் நின்றிருக்கும் இடத்திலிருந்து கிளம்பியதுமே உடனடியாக தொடர்ந்து நடந்துவிட வேண்டும்.

(உ) அக்கினிபுத்திரனும் விவேகானந்தனும் தங்கள் தங்கள் குழுவில் கடைசியாக இருப்பவருக்கு பக்கத்தில் போய் நின்று கொண்டதும் உடனடியாக நான் அடுத்த கையொலியை எழுப்புவேன்.

(ஊ) இரண்டாவது செய்கின்ற அந்தக் கையொலி கேட்டவுடன், அக்கினிபுத்திரன் குழுவில் சந்திரனும் விவேகானந்தன் குழுவில் பரமேஸ்வரனும் 2 என்ற முனையிலிருந்து கிளம்பி முறையே அக்கினிபுத்திரனும் விவேகானந்தனும் நடந்த பாதையில் சென்று

சந்திரன், அக்கினிபுத்திரனுக்கு அடுத்ததாகச் சென்று அவருக்குப் பக்கத்தில் நின்றுவிட வேண்டும். அதேபோல பரமேஸ்வரனும் விவேகானந்தன் சென்ற பாதையில் சென்று விவேகானந்தனுக்கு அடுத்ததாக கடைசியில் அவருக்குப் பக்கத்தில் போய் நின்றுவிட வேண்டும்.

என்ன சரிதானா?

(எ) இதற்குள் அக்கினிபுத்திரன் குழுவிலும் விவேகானந்தன் குழுவிலும் 2 என்ற முனையில் சந்திரனாலும் விவேகானந்தனாலும் ஏற்பட்ட காலியிடங்களை அந்த அந்தக் குழுக்களில் அவர்களுக்கு அடுத்ததாக இருப்பவர்கள் உடனடியாக நகர்ந்துநின்று அந்தக் காலியிடங்களை நிரப்பி, அடுத்த என்னுடைய கையொலி கேட்டதும் விளையாடுவதற்குத் தயாராக இருப்பார்கள் இல்லையா?

இப்படி விட்டுவிட்டு நான் கைதட்டிக்கொண்டே இருப்பேன். நீங்கள் விளையாடிக்கொண்டே இருப்பீர்கள். இப்படி ஒருமுறை இருமுறை சென்று பாதைகளை நீங்கள் பழக்கப்படுத்திக்கொண்டதும் விளையாட்டின் அடுத்த கட்டத்தை ஆரம்பியுங்கள்.

அடுத்த கட்டம் ஒன்றும் சிக்கலானதில்லை. ரொம்ப சுலபம்தான். நீங்கள் 2 என்ற முனையிலிருந்து ஒவ்வொரு குழுவுக்கு ஒருவராக இரண்டுபேர் இணைந்து அந்தப்பாதையில் நடக்கும்போது சில விஷயங்களை செய்துகொண்டே அந்தப்பாதையைக் கடக்க வேண்டும்.

அதாவது உடல் இயக்கத்தைப்பொறுத்தவரை இரண்டிரண்டு பேராக இணையாகப் போகும்போது, ஒவ்வொருவரும் அவர்களே தேர்ந்தெடுத்துக்கொள்கிற ஒரு குறிப்பிட்டமுறையில் நடந்து, அந்தத் தூரத்தை கடக்கும்படி கேட்டுக்கொள்கிறேன்.

உதாரணமாக இருவரில் ஒருவர், குதித்துகுதித்து அந்தப் பாதையைக் கடக்கலாம். அவர்கூட வருகிற இன்னொரு குழுவைச் சேர்ந்த இன்னொருவர், நொண்டி நொண்டி அந்தப்பாதையைக் கடக்கலாம். ஒருவர் கைகால்களை வீசிவீசி நடக்கலாம். இன்னொருவர் கூனிக் கூனி நடக்கலாம். ஒருவர் நடனமாடிக்கொண்டே நடக்கலாம். இன்னொருவர் வயலில் நாற்று நட்டுக்கொண்டே நாற்று நடுபவராக தன்னை உருவகித்துக்கொண்டு நடக்கலாம். இப்படி எவ்வளவோ விதங்களாய்.

ஆனால், ஒரே ஒரு முக்கியமான விதி,

இருவரும் இணையாகவே, அந்தத் தூரத்தை நடந்து கடங்கள்.

அப்படி நீங்கள் புறப்படும்போது என்ன உடல் இயக்கத்தை உங்கள் உடலுக்குக் கொடுத்துக்கொள்கிறீர்களோ, அதே இயக்கத்தை நீங்கள் போய்ச் சேருகின்ற இடம் வரையில் தொடர்ந்து கடைப் பிடியுங்கள்.

அதே போல, அப்படி நடக்கும்போது, அதற்குச் சம்பந்தப்பட்ட நீங்கள் தேர்ந்தெடுத்துக்கொண்டிருக்கிற அந்த உடல் இயக்கத்திற்கு என்ன ஒலி எழுப்ப வேண்டும் என்று நினைக்கிறீர்களோ, அந்த சப்தங்களையும் ஒரே மாதிரியான தாள லயத்துடன் கடைசிவரை, போய்ச்சேரும்வரை எழுப்பிக்கொண்டே அந்தத் தூரத்தை கடந்து போங்கள்.

ஒருவருக்கொருவர் எழுப்புகின்ற சப்தங்களிலோ, உடல் இயக்கங்களிலோ, எந்தவிதமான ஒற்றுமையும் இருக்க வேண்டிய அவசியமில்லை. ஆனால், உங்கள் உடல் இயக்கத்தோடு நீங்கள் எழுப்புகின்ற சப்தங்களுக்கும் ஒரு லயம் இருக்கின்ற மாதிரி கவனத்தோடு செயல்பட வேண்டும்.

சப்தங்கள் என்று சொல்லும்போது, சொற்களை உபயோகிக் காதீர்கள். நீங்கள் தேர்ந்தெடுத்துக்கொண்ட உடல் இயக்கத்திற்கு ஏற்றபடி அருவமாக, ஏதாவது ஒலியை லயசுருதியுடன் தேர்ந்தெடுத்துக் கொள்ளுங்கள்.

ஜீபூம், ஜீபூம், ஜீபூம்,

ஆஊ, ஆஊ, ஆஊ,

ஹோய், ஹோய், ஹோய்,

சர்சர், சர்சர், சர்சர்.

உங்களுக்கா கற்பனை பஞ்சம்? இப்படி ஏதாவது இன்னொரு முக்கியமான விஷயம். அடுத்ததாக, நமது முறை வரும்போது என்ன செய்யப்போகிறோம், என்று முதலிலேயே வரிசையில் நிற்கும்போது யோசித்து தீர்மானித்துக் கொள்ளாதீர்கள்.

கைதட்டல் ஒலிகேட்டு, கிளம்புகின்ற அந்த விநாடியில் என்ன தோன்றுகிறதோ, அந்தக்கணத்தில் இயக்கத்தையும் ஒலியையும் முடிவுசெய்து ஆரம்பியுங்கள். என்ன சரிதானே? நான் எந்த விதிமுறைகளையும் இரண்டாவது முறையாகச் சொல்லவில்லை. ஆகவே, சந்தேகம் இருந்தால் கேளுங்கள், என்று சொல்லி சந்தேகங்களை தெளிவுபடுத்தியதும் விளையாட்டு ஆரம்பித்தது. கைதட்டல் ஒலி, கொஞ்சநேரம் கழித்து, அடுத்த கைதட்டல் ஒலி. பாதல் சர்க்கார் தொடர்ந்து விட்டுவிட்டு கைதட்டிக் கொண்டே இருக்கிறார். இரண்டு வரிசைகளும் நகர்ந்து, நகர்ந்து தொடர்ந்து விளையாடிக்கொண்டேயிருக்கிறார்கள்.

ஒவ்வொருவருக்கும் என்ன என்ன மாதிரியான கற்பனைகள்! நடக்கும், கடக்கும் முறைகள், ஒலிகள், தாளலயத்தோடு கூடிய ஒலிகள். தொண்டை சுத்தமானது. சப்தங்கள் போகப் போக பிசிறில்லாமல் வரத் தொடங்கின. உடல் இயக்கங்களிலேயே ஒரு செதுக்கப்பட்ட சுத்தம் கிடைக்க ஆரம்பித்தது.

நிறைய நேரம் தொடர்ந்து விளையாடிய பிறகு இந்த விளையாட்டு முடிந்தது.

உண்மையிலேயே இந்த விளையாட்டை விளையாடி முடித்ததும் ஒரு டீயும், பத்து நிமிட ஓய்வும் தேவைப்பட்டது.

வட்ட விளையாட்டு: (நேர்க்கோட்டில் நடத்தல் – உடனடியாக ஆணையிடும் திசையில் திரும்பி நடத்தல்)

நாடக நிகழ்வரங்கத்தைப் பற்றிய, ஒரு முழுமையான தெரிதல் உணர்வோடு கூடிய, ஒரு பிரக்ஞையும் ஆனால் அதே சமயத்தில் சூழ்நிலைக்கேற்றவாறு, எதிர்ப்படுகிற தடைகளை உணர்ந்து, ஆணைக்கிணங்க லயம் மாறாமல், உடனடியாக செயல்படுகின்ற தன்மைகளையும் பெறுவதற்கான பயிற்சிகளில் ஒன்றாக, நாங்கள் இந்த விளையாட்டை விளையாடினோம்.

சுலபமான விளையாட்டுத்தான். வட்டமாக நிற்கவைத்தார். பந்தலின் விஸ்தீரணம் முழுவதையும் கூடுமான வரையில் கொள்ளிடமாக கொள்ளத்தக்க, பரப்பளவுகொண்ட விஸ்தீரணமாக.

எல்லோரும் வட்டத்தில் உள்நோக்கிப் பார்ப்பவர்களாக நிற்க வைத்தார்.

விளையாட்டு வட்டத்தில் எங்காவது ஒரு இடத்தில் தொடங்கி, வரிசையாக ஒவ்வொருவரும் விளையாடுவதாக அமைக்கப்படுகிறது.

கார்வண்ணனிலிருந்து முதலில், ஆரம்பிக்கலாம் என்று சொல்லி ஆரம்பிக்கிறார்.

'நட' என்று பாதல் சர்க்கார் சொன்னவுடனேயே, கார்வண்ணன் நின்ற இடத்திலே இருந்து 90 டிகிரி நேர்க்கோட்டில், இராணுவ வீரனைப் போல நடக்க வேண்டும். அப்படி நடக்கும்போது, எதிரில் சில சமயங்களில், பந்தலை நடுவில் தாங்கி நிற்கிற மூங்கில்கள், அந்த நேர்க்கோட்டில் மேற்கொண்டு நடப்பதற்கு தடையாக இருக்கலாம். அப்படி ஏதாவது தடைகள் எதிர்ப்படுகின்றபோது, நின்ற இடத்திலேயே கால்களை மாற்றி மாற்றி, மேலும் கீழும் தரையில் வைத்துக்கொண்டே இருக்க வேண்டும். பிறகு வடக்கு என்றோ அல்லது ஏதாவதொரு திசையைச் சொல்லிச் சத்தமிடுகிறார். அந்த சத்தம்-ஆணை கேட்டவுடனேயே அந்த உத்தரவு சொன்ன திசையில் நேராக 90 டிகிரி செங்குத்துக் கோட்டில் நடக்கத் தொடங்க வேண்டும். இப்போது வட்டத்தில் இருப்பவர்களில் யாரோ தடையாக மேலே நடக்க முடியாமல் எதிரில் நிற்கிறார்கள். அப்படியானால் முன்னைப் போலவே நின்ற இடத்திலேயே எதிரில் இருக்கும் அந்தத் தடையினால் மேலே போகமுடியாமல் கால்களை மாற்றி மாற்றி தரையில் வைத்துக்கொண்டே இருக்க வேண்டும். லெப்ட், ரைட், லெப்ட், ரைட் என்பதைப்போல.

திரும்ப, உத்தரவு பீறிடுகிறது பாதல் சர்க்காரிடமிருந்து. இந்த முறை கிழக்கு. அப்புறம் கொஞ்சநேரம் கழித்து தெற்கு. அப்புறம் மேற்கு. அதற்கப்புறம் ஒரு ஆணைக்கும் இன்னொரு ஆணைக்கும் அதிக நேர இடைவெளி இல்லாமல்,

வடக்கு,

கிழக்கு,

மேற்கு,

தெற்கு,

வட மேற்கு,

தென் கிழக்கு, இப்படி உடனடியாக, திசைகளை மாற்றி மாற்றி, கால் விநாடிக்கு ஒரு ஆணை வழங்கப்படுகிறது. விளையாட்டு தொடர்ந்து நடைபெறுகிறது.

பாதங்களில் சமநிலை:

நமது கால்களின் பாதங்களில், மூன்று மேடுகள் இருக்கிறது. கால் கட்டைவிரலுக்கு அருகே காலின் பாதத்தில் ஒரு மேடு. அதேபோல கால் சுண்டுவிரலுக்கு அருகே, காலின் பாதத்தில் ஒரு மேடு. குதிகாலில், பாதத்தில் ஒரு மேடு. இந்த மூன்று மேடுகளையும் கையால் தடவிப்பார்த்து நாம் தெரிந்துகொள்ளலாம்.

பாதல் சர்க்கார், இந்த விளையாட்டை, தரைப்பகுதி சமமாக இருக்கின்ற சிமெண்ட் தரையில்தான் செய்து பழக வேண்டும், மணலில் வேண்டாம் என்று சொல்லி ஏற்கனவே குறிப்பிட்டுள்ள வட்டமான திறந்தவெளி அரங்கிற்கு அழைத்துச்சென்றார்.

1) வட்டமாக நின்றுகொள்ள வேண்டும். சிமெண்ட் தரையில்.

2) முதலில், கால் பாதங்களை முற்றாகத் தரையில் அழுத்தி, பாதங்களில் உள்ள மூன்று மேடுகளையும் உணர வேண்டும்.

3) அதற்குப்பிறகு ஒவ்வொரு மேடாக தனித்தனியாக தரையில் அழுத்திப்பார்த்து உணரவேண்டும்.

4) இப்போது வட்டத்தில் இருப்பவர்களெல்லாம் ஒரு முகமாகவே நடக்கவேண்டும்.

5) முதலில் இரண்டு கால்களிலும் உள்ள மூன்று மேடுகளையும் தரையில் சமமாக அழுத்தி நடக்க வேண்டும்.

6) அப்புறம் குதிகால் மேடு நீங்கலாக உள்ள முன்புற இரண்டு பாதமேடுகளை மாத்திரம் தரையில் அழுத்தி கொஞ்சநேரம் நடக்க வேண்டும்.

7) அதற்குப்பிறகு, முன் பாதங்கள் இரண்டையும் தூக்கியவாறு இரண்டு குதிகால்களால், குதிகால்கள் மேடுகளை மாத்திரம் தரையில் அழுத்தி நடக்க வேண்டும்.

8) அதற்குப்பிறகு, இரண்டு கால்களிலும் உள்ள கட்டைவிரல் களுக்கருகில், காலின் கீழே உள்ள மேடுகளை மாத்திரம் தரையில்

அழுத்தி, மற்ற பாதமேடுகள் தரையில் படாமல் நடக்க வேண்டும். இது கஷ்டம். சமநிலை கிடைக்காது. தொடர்ந்து பயின்று பழக வேண்டும். அப்புறம் சரியாகிவிடும்.

9) அதற்குப்பிறகு, காலில் சுண்டு விரலுக்கு அருகில் இரண்டு பாதங்களில் இருக்கும் அந்த மேடுகளை மாத்திரம் பயன்படுத்தி, மற்ற பாத மேடுகள் தரையில் படாமல் தூக்கிவைத்துக்கொண்டு நடக்க வேண்டும். இந்த பயிற்சியும் பழகபழகத்தான் சமநிலையை அடையமுடியும்.

சமநிலை விளையாட்டு: (இரண்டாவது வகை)

இந்த விளையாட்டை பட்டறைவாசிகளில் மொத்தம் இருப்பவர்களுக்கு தகுந்தமாதிரி இரண்டு வட்டங்களாகப் பிரிந்து நின்று கொண்டு விளையாடலாம்.

உள் வட்டம் வெளிவட்டம் என்று கை, கால்களை வீசுவதற்கு போதுமான இடைவெளி விட்டு நின்றுகொள்ள வேண்டும்.

நின்றுகொண்டே, முதலில் ஏதாவது ஒரு காலை மாத்திரம் ஒரு அங்குலத்திற்கு தரையிலிருந்து உயர்த்தி, அந்த உயர்த்திய காலை மாத்திரம், தரையிலிருந்து ஒரு அங்குல உயரத்திலேயே மெதுவாக உங்களைச் சுற்றி வட்டமாகக் கொண்டுபோங்கள். ஆனால் எந்தச் சமயத்திலும் உயரம் தரையிலிருந்து 1 அங்குல உயரத்திற்கு மேல் அதிகரிக்காமலேயே, அப்படிப் பழகியதும் மெதுவே அந்த உயரத்தை கொஞ்சம் கொஞ்சமாக ஒவ்வொரு, முறையும் உயர்த்துங்கள்; தரை மட்டத்திலிருந்து உயரம் அதிகரிக்க அதிகரிக்க, உங்கள் உடலை வளைத்து, கைகளை அகல காற்றில் பரப்பி நீங்கள் சமநிலையை உருவாக்கிக்கொள்ளலாம். அப்படி உயர்த்தப்பட்ட காலும் உங்கள் தலையும் ஒரே நேர்க்கோட்டில் படுக்கை வசத்தில் இருக்குமாறு வருகின்ற வரை, உயர்த்தி இந்த சமநிலை விளையாட்டைத் தொடரலாம்.

அதற்குப்பிறகு அப்படி காலை உயர்த்திச் சுற்றுவதில் மெதுவாக ஒவ்வொரு நிலையில் (Pose) சுற்றலாம். ஆனால் அந்த நிலைகளின் மாற்றம் எல்லாம் மெதுவான வேகத்திலேயே நடைபெற வேண்டும். (slowmotion)

அதற்கப்புறம், ஒரு காலை உயர்த்தி, பின்புறம் நீட்டி, முழங் காலுக்கு மேல் மடக்கி, வானத்தை நோக்கி உயர்த்தி, குனிந்து, கைகளால் குனிந்த நிலையில், தரையைத் தொடுவதைப் போல, கொஞ்சநேரம் கால் மாற்றி கால்மாற்றி செய்து பழகவேண்டும்.

இவை வெறும் உடற்பயிற்சிகள் மாதிரிதான் இருக்கிறது. ஆனால் உடலில், நிற்கும்போது சமநிலையை பழக்கப்படுத்திக் கொள்வதற்கு இந்தப் பயிற்சிகள் நிறைய பயன்படுகிறது.

நம்பிக்கை விளையாட்டு: (கண்களைக் கட்டிக் கொண்டு)

உள்ளத்தில் ஒரு அற்புதமான புத்துணர்ச்சியைத் தோற்றுவித்த விளையாட்டு இது.

ஒரு குழுவை தலைமையேற்று நடத்தவும் அதே சமயத்தில் அந்தக் குழுவில் ஒருவராக நடந்துகொள்ளவும், மூன்றாவது தியேட்டரில் சக நடிகர்களிடையே பரஸ்பரம் ஒருவருக்கொருவர் நம்பிக்கை கொள்வதற்கும், நம்மீதே நமக்கு ஒரு வலுவான நம்பிக்கை வளர்வதற்கும், இப்படி பல பயன்கள், இந்த விளையாட்டின் முடிவிலே பயன்களாய் பூத்திருந்தன.

ஐந்து அல்லது ஆறு பேர் கொண்ட குழுக்களாக முதலில் பிரிந்து கொள்ள வேண்டும்.

இந்த விளையாட்டுக்கு விஸ்தீரணம், பந்தலை விட்டு வெளியே, பாதல் சர்க்காரின் கண்பார்வைக்கு எட்டிய சோழ மண்டலின் விஸ்தீரணங்கள் முழுவதும் முதன் முறையாக பயன்படுத்தப்பட்டது.

குழுவில் யாராவது ஒருவரின் கண்களை கைக்குட்டையால் அல்லது சிறு துண்டால், சிறு துணியால், கண்ணாமூச்சி விளை யாட்டுக்கு கண்களை கட்டி மறைப்பதுபோல மறைத்துக்கொள்ள வேண்டும்.

அப்படி நன்றாக கட்டியபிறகு, அந்தக் குழுவில் உள்ள மற்றவர்கள், கண்களைக் கட்டிக்கொண்டவர் போகின்ற இடங்களுக்கெல்லாம் கூடவே போகவேண்டும். அப்படிப் போகும்போது கண்களைக் கட்டிக்கொண்டவர் நடக்கும்போது எதிரில் ஏதாவது தடைகள் எதிர்ப்பட்டால் உதாரணமாகப் பள்ளம், கிணறு, ஆறு, முள்வேலி, மரம், இப்படி எது எதிர்ப்பட்டாலும் அவற்றால், கண்களைக்

கட்டிக்கொண்டவர்க்கு ஆபத்து ஏற்படாமல் காக்க வேண்டியது குழுவில் உள்ள அனைவருடைய பொறுப்புமாகும்.

அப்படி, அவரைப் பாதுகாக்க முனையும்போது, இதோ கல், இதோ மரம் என்று பேசி அவரைத் தடுக்கக்கூடாது. இந்த விளையாட்டு முழுவதுமே குழுவில் உள்ள யாருமே ஒரு வார்த்தைகூட பேசக்கூடாது. பின் எப்படி அவரை அபாயத்தில் இருந்து தடுப்பது?

மரம் அவர் நடக்கின்ற வழியில் எதிர்ப்படுகிறது. இன்னும் ஒரு அடி முன்னால் எடுத்துவைத்தால், மரத்தில் மோதிக்கொள்வார் என்று உங்களுக்கு, குழுவில் உள்ளவர்களுக்குத் தோன்றுகிறது. சரி.

அப்படித் தடைகள் அவருக்கு அபாயம் விளைவிக்கக்கூடும் என்று உங்களுக்குப்படுகின்றபோது அவருக்கு முன்னால் ஓடிப் போய் அவர் எதிரில் சென்று, உங்கள் கைகளை மார்போடு சேர்த்து கட்டிக்கொண்டு, மரத்துக்கும் அவருக்கும் குறுக்காக நின்று விடுங்கள். அவர் உங்கள்மீது மோதியதுமே, ஓகோ, இங்கே ஏதோ தடை இருக்கிறது என்று திசையை மாற்றி நடக்கத் தொடங்கிவிடுவார். ஆனால், நீங்கள், கைகளால், அவரைப் பிடித்து இழுத்தெல்லாம் அவரை அபாயத்திலிருந்து தப்புவிக்கக் கூடாது. உங்கள் உடலின்மீது அவர் உடம்பு பட்டவுடனேயே ஏதோ தடை என்று உணர்ந்து கண்களைக் கட்டிக்கொண்டவர் திசையை மாற்றிக்கொள்ள வேண்டும்.

கண்களைக் கட்டிக்கொண்டவர், கொஞ்சநேரம் கழித்து குழுவில் உள்ள உங்கள்மீது அதிக நம்பிக்கை பெற்றவராக ஓடலாம். அப்போது நீங்களும் கூடவே ஓடி அவருக்கு அபாயம் நேராமல் பாதுகாக்க வேண்டும்.

இதேபோல, கண்களைக் கட்டிக்கொண்டவர் நடக்கும்போது வழியில் கண்ணாடித் துண்டு, ஆணி, முள், பெரியகல், இப்படி ஏதாவது தரையில் கிடக்கலாம். இதையெல்லாம் நீங்கள்தான் அவர் அந்தப் பாதையில் நடப்பதற்கு முன்னேயே, ஓடிச் சென்று அப்புறப் படுத்த வேண்டும். அவர் உங்களை நம்பித்தான் இப்படி நடக்கிறார்.

இப்படிக் கொஞ்சநேரம் விளையாடியதும் குழுவில் இல்லாத இன்னொருவர் வந்து விளையாட்டை முடித்துவைப்பதற்காக கண்களைக் கட்டிக்கொண்டவரின் இரண்டு தோள்களிலும் கைகளை வைத்து அவரை மெதுவே தரையில் உட்காரவைத்து, இந்தக் குழுவில்

உள்ள மற்றவர்களை அவரைச் சுற்றி உட்காரவைத்துவிட்டுப் போவார். கொஞ்சம்நேரம் கழித்து கண்களைக் கட்டியிருக்கும் அந்தத் துணியை குழுவில் உள்ள யாராவது மெதுவாக அவிழ்த்து விடுங்கள்.

அவர் கண்களைத் திறந்ததும் மெதுவே, இருட்படலம் நீங்கி, இவ்வளவு நேரம் நமக்கு எந்தவித ஆபத்தும் நேராமல் காத்த, அந்தக் குழுவில் உள்ள மற்றவர்களைப் பார்ப்பார். இப்போது இவர், குழுவில் உள்ள மற்றவர்களைப் பார்த்து மெதுவே சிரிக்கின்ற அந்தத் தன்மையில் நேசம் ததும்பிப் பார்க்கும் இவரின் பார்வையில், இந்த விளையாட்டின் வெற்றிகளை, சக்திகளை, பயன்களை நீங்கள் புரிந்துகொள்ளத் தொடங்குவீர்கள். இப்போது, குழுவில், இன்னொருவரின் முறை, கண்களைக் கட்டிக் கொள்வதற்கு. முன்பு கண்களைக் கட்டிக்கொண்டிருந்தவர் உட்பட மற்றவர்கள் இப்போது இவருடைய குழுவில் கண்களைக் கட்டிக் கொண்ட வருக்குத் துணை.

என்ன சரிதானே?

இப்படியே இந்த விளையாட்டு இந்தக் குழுவில் உள்ள எல்லோரும் ஒருமுறை கண்களைக் கட்டிக் கொள்ளும்வரை தொடர்ந்து நடக்கும்.

இந்த விளையாட்டு, மனதில் தோற்றுவிக்கிற அற்புதமான உணர்வுகளை வார்த்தைகளில் விவரிக்கமுடியாது. விளையாடிப் பார்த்துத்தான் உணர்ந்துகொள்ள வேண்டும். விதிமுறைகள் ஒவ்வொன்றும் விளையாட்டை முழுமையாக அனுபவிக்க, உதவக் கூடியது.

வளைவு வளைவாக:

இந்த விளையாட்டு, உண்மையில், சிறுபிள்ளைகளின் விளை யாட்டைப் போலத்தான். ஆனால், இந்த விளையாட்டில் அரங்க இடத்தில் நம்முடைய செயல்களை பிசிறில்லாமல் முறையாக செய்துமுடிக்க பயிற்சி அளிக்கிறது.

வட்டமாக நிற்கச் சொல்கிறார். முகங்கள், வட்டத்தின் உட்புறத்தை நோக்கியபடி.

ஒருவருக்கொருவர், "கோகோ" விளையாட்டில், இடையில் புகுந்து, ஓடுவதற்கு தகுந்தமாதிரி, இடைவெளிவிட்டு, நிற்க வைக்கிறார். வட்டத்தின், ஏதாவது ஒரு இடத்திலிருந்து, வட்டத்தில் நிற்கும் ஒருவரிலிருந்து, விளையாட்டை ஆரம்பிக்கலாம்.

பாதல் சர்க்கார் கைதட்டியதும் விளையாட்டைத் துவக்கி வைக்கிற எம்.ராமசாமி, வட்டத்தில் தனது வலதுபுறமாக ஆரம்பித்து வட்டத்தில் நின்றுகொண்டிருக்கும் ஒவ்வொருவர் இடையிலும் புகுந்து புகுந்து, ஏதாவது ஒரு ஒலியை எழுப்பிக்கொண்டு ஓடத் தொடங்குகிறார். விளையாட்டின் விதிமுறைகளின்படி.

எம்.ராமசாமி, இரண்டு மூன்று பேருக்கிடையே இடைவெளிகளில் புகுந்து, ரயில் மாதிரி சுத்திக்கொண்டு, ஓடிக்கொண்டிருக்கும் போதே-பாதல் சர்க்கார் அடுத்த கை தட்டும் ஒலியை எழுப்புகிறார்.

உடனே, வட்டத்தில், எம்.ராமசாமிக்கு-வலதுபுறமாக அடுத்த தாக நின்றுகொண்டிருந்த குணசேகரன், இரண்டாவதாக; பாதல் சர்க்கார் எழுப்பிய கையொலி கேட்டதும் எம்.ராமசாமி, வட்டத்தில் வலதுபுறமாக ஆரம்பித்து, வட்டத்தில் நின்றுகொண்டிருக்கும் ஒவ்வொருவர் இடையிலும் புகுந்து புகுந்து, கோழி மாதிரி கத்திக் கொண்டே ஓடுகிறார்.

அப்படியே-அடுத்தடுத்த கைதட்டலுக்கு வரிசையாக அதே மாதிரி விதிமுறைகளுடன் குணசேகரனுக்கு அடுத்தபடி அதற்கடுத்த படி என்று ஓட ஆரம்பிக்கிறார்கள். ஒவ்வொருவரும்-ஒரு ஒலியுடன்-அருவமான ஒலிகள். முதலில் ஓடிய எம்.ராமசாமி, வட்டத்தில் நின்றுகொண்டிருக்கிற எல்லோருடைய இடைவெளிக் கிடையேயும் புகுந்து புகுந்து கடைசிவரை இவர் முதலில் எழுப்பிய ரயில் ஒலியுடனேயே ஓடி, புறப்பட்ட இடத்திலேயே வந்து நிற்கிறார். இப்படியே குணசேகரனும். அதற்கடுத்தபடி ஒவ்வொருவரும் சப்தம் எழுப்பிக்கொண்டு ஓடி, விளையாடி முடிக்கும்வரை விளையாட்டு நீடிக்கிறது.

சிலோன்கார அந்தனிஜீவா, பெரியபெட்டியுடன், பட்டறை நடக்கும் இடத்திற்கு வருகிறார். கிட்டத்தட்ட, அவர், பட்டறையின் மூன்றுநாள் பயிற்சிகளை இழந்துவிட்டார். இடையில் அவரைச் சேர்த்துக்கொண்டால், அந்தனிஜீவா. மூன்றுநாள் பயிற்சிகளையும் கற்றுக்கொண்டு, தொடர்ந்து மற்றநாள் பயிற்சியில் ஈடுபட முடியுமா?

இவையெல்லாம் சந்தேகங்கள். பாதல் சர்க்கார், அந்தப் பிரச்சனையை, அவரைப் பட்டறையில் சேர்த்துக்கொள்ளலாமா, என்று அந்த வட்டத்தில் எல்லோருக்குமிடையே பொதுவாக வைத்தார். அவரைச் சேர்த்துக்கொண்டால், நாம் அனைவரும் சேர்ந்து, இந்த மூன்று நாளும் நாம் விளையாடிய விளையாட்டுக்களை அவருக்குச் சொல்லிக்கொடுத்து, அவரை இனிமேல் நடக்கவிருக்கிற பயிற்சிகளில் பின் தங்கிவிடாதவராக செய்கின்ற பொறுப்பு இருக்கிறது.

முடியுமா என்று யோசித்துப் பாருங்கள். முதலில் நேரம் ஒரு பிரச்னை. பட்டறை வேலை நேரம் போக மற்ற நேரங்களில்தான் நாம் அவருக்குக் கற்றுத்தரவேண்டும். ஆனால், சிரமங்கள் இவ்வளவு இருந்தாலும் சிலோனிலிருந்து இவ்வளவு தூரம் வந்திருக்கிறார். தூரத்தின் காரணமாக நாம் தாமதங்களை ஏற்கத்தான் வேண்டும். அது பிரச்சனையின் இன்னொரு முகம்.

ஆகவே, வட்டத்தில் எல்லோரும் யோசித்து முடிவு சொல்லுங்கள் என்று வட்டத்திற்கே அந்தப் பிரச்சனையை வைக்கிறார்.

'வீதி' நிர்வாகிகள், வட்டம் அவரைச் சேர்த்துக்கொள்ள முடிவு செய்தால் அதற்குத் தகுந்தபடி உணவு, தங்குமிடம் ஏற்பாடுகளைச் செய்வதில் சிரமம் இல்லை என்று விளக்கினார்கள். அக்கினி புத்திரன், தூரம் கருதி தாமதங்களை அங்கீகரித்து ஏற்றுக்கொள்ள வேண்டும் என்று சொன்னார். நாம் பட்டறை நேரம் போக, மற்ற நேரங்களில் அவருக்குப் பயிற்றுவிக்கலாம் என்று அபிப்பிராயங்கள் வட்டத்தில் தெரிவிக்கப்பட்டன. சேர்த்துக்கொள்ளப்பட்டார்.

திரும்பவும் அந்தப் புகழ்பெற்ற வட்டம். வட்டத்தில் ஒருவராக, அந்தனிஜீவா உட்காரவைக்கப்பட்டார். வட்டத்தின் தத்துவத்தை சுருக்கமாகத் தெரிவித்தார் பாதல் சர்க்கார்.

சக்தி பரிமாற்றம் விளையாட்டை, அந்தனிஜீவாவுடன் சேர்ந்து வட்டம் கொஞ்சநேரம் விளையாடியபிறகு வட்டத்தில் ஒருவரானார் அந்தனிஜீவா.

இந்தச் சமூகமும் இந்த வட்டம் மாதிரி இருந்தால் என்ன? எல்லா பிரச்னைகளும் எல்லோருக்கும் பொதுவாய்.

விவாதிக்கப்பட்டு, தர்க்கிக்கப்பட்டு, முடிவுகள் எடுத்தால் என்ன? வட்டம் என்பது எப்படி ஒரு பொறுப்புவாய்ந்த விஷயமாகிறது.

என்றெல்லாம் எண்ண அலைகள் மௌனமாகவே படர்ந்தது. அந்தப் பந்தலில்.

சங்கிலித் தொடர்: (ஒலி + இயக்கம் + லயத்துடன்)

இதற்குள்ளேயே ஒரு அற்புதமான தோழமை உணர்வை அமைதியாகவே அந்தப் பட்டறைவாசிகளிடையே ஸ்தாபித்துவிட்ட பாதல் சர்க்கார், அந்த வேலை நாளின் கடைசி விளையாட்டை விவரிக்க ஆரம்பித்தார்.

1) வட்டமாக நிற்கிறோம். பெரிய வட்டம். வட்டத்தின் உட்புறத்தைப் பார்த்தவாறு முகங்களை வைத்துக்கொண்டு.

2) முதல் கையொலி எழுப்பியதும் வட்டத்தின் யாராவது ஒருவர் இந்த விளையாட்டை ஆரம்பியுங்கள்.

3) கோவிந்தராஜன், இந்த விளையாட்டை ஆரம்பிக்கட்டும். என்ன சரிதானே?

4) கோவிந்தராஜன், நான் கைதட்டியதும் நீங்கள் இருக்குமிடத்திலிருந்து ஏதோ ஒருவகை நடனமும் ஏதோ ஒரு சப்தமும் எழுப்பிக் கொண்டு இந்த வட்டத்தின் பரப்பிற்குள்ளே வருகிறீர்கள்.

5) அதற்குப் பிறகு, அப்படியே நடனமும் அருவமான ஒலியுமாகத் தொடர்ந்து வட்டத்தின் பரப்பிற்குள் ஆடிக்கொண்டிருக்கிறீர்கள்.

6) எப்படி வேண்டுமானாலும் ஆடுங்கள். என்ன மாதிரியான சப்தத்தை வேண்டுமானாலும் எழுப்பிக்கொண்டு ஆடுங்கள்.

7) அப்படி ஆடிக்கொண்டே மெதுவாக, உங்கள் ஆட்டத்திற்கும் நீங்கள் எழுப்புகின்ற ஒலிக்கும் இயைந்த ஒரு தாள ஒற்றுமையை அடைய முயற்சியுங்கள்.

8) அந்த லய ஒற்றுமை மெதுவே, மெதுவே, உங்கள் ஆட்டத்திலும் சப்தத்திலும் படிப்படியாக பரிணாம வளர்ச்சியாகத் தோன்றுகிற மாதிரி இருத்தல் வேண்டும்.

9) அப்படி ஒரு லய ஒற்றுமை, உங்கள் ஆட்டத்திற்கும் நீங்கள் எழுப்புகின்ற சப்தத்திற்கும் வந்துவிட்டதாய் நீங்கள் உணர்ந்தபிறகு அப்படி தாள வித்தியாசமில்லாது இணைந்துவிட்ட ஆட்டத்துடனும்

சப்தத்துடனும் மெதுவே நடனமும் சப்தமுமாய் அவர் அருகில் போய்நின்று உங்கள் நடனத்தையும் சப்தத்தையும் படிப்படியாகக் குறைத்துக்கொண்டேவந்து நிறுத்திவிடுங்கள்.

10) நீங்கள் அப்படி படிப்படியாக குறைத்துக்கொண்டே வரும் போது நீங்கள் வட்டத்தில் யார் எதிரில் போய் அப்படி ஆட்டத்தையும் சப்தத்தையும் படிப்படியாக குறைக்கிறீர்களோ அவர், படிப்படியாக, நீங்கள் குறைக்க குறைக்க உங்கள் சப்தத்தையும் நடனத்தையும் தாள ஒற்றுமையுடன்கூடிய உங்கள் சப்தத்தையும் நடனத்தையும் மெதுமெதுவாக அவர் பெற்று ஆடத்தொடங்குவார். உங்களை மாதிரியே, நீங்கள் படிப்படியாகக் குறைத்து, நீங்கள் நிறுத்தும் போது அவர் படிப்படியாக அவைகளைப்பெற்று உயர்த்துவார்.

1) நீங்கள் முற்றாக நிறுத்தியபிறகு அவர் இப்போது நீங்கள் இதுவரை எழுப்பிக்கொண்டிருந்த தாளலயத்துடன்கூடிய உங்கள் ஆட்டத்தையும் சப்தத்தையும் தான் முற்றாக ஸ்வீகரித்து தான் இருக்குமிடத்திலிருந்து கிளம்பி, வட்டத்தின் பரப்பிற்குள் மெது மெதுவே உள்ளே செல்லுவார். நீங்கள் அவர் கிளம்பிய இடத்தில் வட்டத்தில் நின்றுகொள்ளுங்கள்.

12) உங்களிடமிருந்து சங்கிலித் தொடர்மாதிரி நடனமும் சப்தமும் பெற்ற அவர் அந்த நடனத்துடனும் அந்த சப்தத்துடனும் கொஞ்சநேரம் வட்டத்தின் பரப்பிற்குள் விளையாடிக்கொண்டிருந்து நீங்கள் உங்களுக்கான ஒரு ஆட்டத்தையும் சப்தத்தையும் தாள ஒற்றுமைகளுடன் கண்டுகொண்டதைப்போல அவரும் நீங்கள் கொடுத்த அந்த சப்தத்திலிருந்தும் நடனத்திலிருந்தும் அவருக்கே உரிய இன்னொரு வகையான ஆட்டத்தையும் அதற்குரிய இன்னொரு வித்தியாசமான சப்தத்தையும் மெதுமெதுவே உருவாக்கிக் கொள்வார் படிப்படியாக.

13) அதற்குப்பிறகு கோவிந்தராஜ், அவருக்கு, அவைகளைத் தந்ததைப்போல அவரும் வட்டத்தில் இதுவரை இந்த விளை யாட்டை விளையாடாத இன்னொருவருக்கு, அவர் புதிதாக படைத்த, தாளலய ஒற்றுமைகொண்ட அந்தப் புதிய ஆட்டத்தையும் சப்தத்தையும் சங்கிலித் தொடராய்க் கொடுப்பார்.

14) ஆட்டம் இப்படித் தொடரும், வட்டத்தில் எல்லோரும் விளையாடி முடிக்கும்வரை.

15) ஒரே ஒரு முக்கியமான விஷயம். விளையாடத் தொடங்கு வதற்கு முன்னேயே எப்படி ஆடப்போகிறோம், என்ன சப்தம் எழுப்பப்போகிறோம் என்று முடிவு செய்துகொள்ளாதீர்கள், என்ன சரிதானே? என்று சொல்லிக்கொண்டே, முதல் கைதட்டல் ஒலியை எழுப்பினார் பாதல் சர்க்கார். ஆட்டமும் ஒலியும் தொடங்கி விட்டது. கோவிந்தராஜ் வட்டத்தில் விஸ்தீரணத்திற்குள், மெது மெதுவே ஆடிக்கொண்டே பாட்டுடனும் சப்தத்துடனும் வருகிறார்.

அடடா! நமக்கு என்னென்ன மாதிரியெல்லாம் ஆடத் தெரிகிறது. சப்தத்தையும் நடனத்தையும் இணைத்து தாளலயம் உண்டாக்கி புதிது புதிதாய் படைக்கும் இந்த சக்திகள் நம்மிடையே, நம்முடல் களுக்குள் எங்கிருந்தது இத்தனை வருஷங்களாய்! அந்த முழு விளையாட்டையும் இப்போது திரைப்படமாகப் போட்டுப் பார்த்தால்கூட, நம்மாலா இவைகளைச் செய்யமுடிந்தது என்று, அப்போதும் அவநம்பிக்கைகளை தோற்றுவிக்கிற அற்புதமான விளையாட்டு. மூன்றாவது தியேட்டரைப் பொறுத்தவரை, இந்த விளையாட்டு அரங்கத்தில் நாம் ஏற்றுக்கொண்டிருக்கிற பொறுப்பை முழுமையாக நிறைவேற்றப் பெரிதும் பயன்படும். ஒரு புகைப் படத்தின் பின்புலங்களைப்போல, மிகவும் உள்ளடங்கியது இந்த விளையாட்டின் பயன்கள்.

தியேட்டர் விளையாட்டு: (இரண்டிரண்டு பேராக)

வட்டமாய் உட்கார்ந்து கொள்கிறோம்.

விளையாட்டின் ஆரம்பத்தில் வட்டத்திலிருந்து யாராவது ஒருவர் எழுந்து வட்டத்திற்குள் சென்று காத்திருக்கிறார்.

பழனிவேலன் வட்டத்திற்குள் வந்திருக்கிறார்.

இரண்டாவது முறை பாதல் சர்க்கார் கை தட்டியதும் வட்டத்தில் பழனிவேலனுக்கு அடுத்ததாக வலது புறத்தில் வட்டத்தில் உட்கார்ந்திருக்கும் ஞாநி எழுந்து உள்ளே போகவேண்டும்.

ஞாநி எழுந்து வட்டத்திற்குள் சென்று வட்டத்திற்குள் முதலாவ தாக வந்து காத்திருக்கின்ற பழனிவேலனிடம் பேசும்போது, ஞாநி தன்னை ஏதாவது ஒரு கதாபாத்திரமாக கற்பனை செய்து

கொள்ள வேண்டும். தான் கற்பனை செய்துகொண்ட பாத்திரமாகத் தான் ஆகி, பழனிவேலனிடம் சென்று பேசும்போது, பழனி வேலனுக்கு ஞாநி தான் கற்பனை செய்துகொண்ட கதையில், பழனிவேலனுக்கென்று ஒரு பாத்திரத்தையும் கற்பனை செய்து கொள்ள வேண்டும்.

ஞாநி, வட்டத்திற்குள் சென்று பழனிவேலனிடம் பேசுகின்ற முதல் உரையாடலிலேயே, ஞாநி என்ன கதாபாத்திரமாக தன்னை உருவாக்கிக்கொண்டிருக்கிறார், தான் கற்பனை செய்துவைத்துள்ள கதையின் ஒரு நிகழ்ச்சியில், பழனிவேலனுக்கு என்ன பாத்திரம்தான் கொடுத்திருக்கிறார் என்பது வெளிப்பட்டுவிட வேண்டும். அத்தனைச் சுருக்கமாக முதல் உரையாடலிலேயே நடக்கவிருக்கும் இரண்டு கதாபாத்திரங்களையும் வட்டத்தினருக்கு தெரியப்படுத்திவிட வேண்டும்.

வட்டத்தில் உட்கார்ந்திருக்கும் மற்றவர்கள்தான், நீங்கள் இருவரும் சேர்ந்து நடத்தப்போகும் ஒருசில நிமிட நாடகத்திற்கு பார்வை யாளர்கள். நீங்கள் உருவாக்கிக்கொண்ட அந்தக் கதாபாத்திரங்களை அதற்குப்பிறகு பேசுகின்ற உங்கள் பேச்சுகளால், நடிப்பால், வளர்ச்சி அடையச்செய்யுங்கள்.

ஒருவருக்கொருவர் பேசுவதும் நடிப்பதும் முற்றிலும் அவ்வப் போதே கற்பனித்து நீங்கள் நிகழ்த்தவேண்டிய காரியம். இப்படி நீங்கள் பேசி, நடித்து, பாவனைகளால் ஒரு சிறு நாடகத்தை அரங்கேற்றிக் கொண்டிருக்கும்போது சில நிமிடங்கள் கழித்து, மூன்றாவதுமுறை கைதட்டியபிறகு, முதலில் வட்டத்திற்குள் வந்த பழனிவேலன் நடிப்பதை நிறுத்திவிட்டு வட்டத்தில் அவருடைய இடத்திற்குச் சென்று அமர்ந்துவிட வேண்டும்.

அதற்குப்பிறகு, ஞாநிக்கு வலதுபுறம் வட்டத்தில் அமர்ந்திருக் கின்ற, மனோகரின் முறை. அவர் எழுந்து வட்டத்தின் உள்ளே போகவேண்டும். மனோகருக்கு இப்போது ஞாநி என்ன கதாபாத் திரமாக இதுவரை நடித்துக்கொண்டிருந்தார் என்று தெரியும். இதுவரை மனோகரும் நாடகத்தைப் பார்த்துக்கொண்டிருந்த பார்வை யாளர்களில் ஒருவரல்லவா? ஆகவே மனோகர் இப்போது போகும் போது அதற்கியைந்த முறையில் அந்த நாடகத்தில் ஏதேனும் ஒரு பாத்திரமாக, தன்னை அவர் சிருஷ்டி செய்துகொள்ள வேண்டும். மனோகர், அப்படி - தான், தனக்குத்தானே - சிருஷ்டி செய்து

கொண்ட பாத்திரம் என்ன என்பது மனோகர் சென்றபிறகு ஞாநிக்கு, மனோகர் அந்த நாடகத்தில் என்ன பாத்திரமாக உள்ளே வந்திருக்கிறார் என்று புரிந்துவிடும். அதற்குத்தகுந்தமாதிரி இருவரும் சேர்ந்து அந்தக்கதையை தங்கள் பேச்சாலும் நடிப்பாலும் பாவனைகளாலும் வளர்த்திக்கொள்ள வேண்டும். அப்படி வளர்த்தும் போது, சுவாரஸ்யமாக, அந்த நாடக நிகழ்ச்சியினைத் தருவது உங்கள் இருவரைப் பொறுத்த விஷயம்தான்.

ஒருவருக்கொருவர் பேசிக்கொண்டே அவ்வப்போது கற்பனை பண்ணி கற்பனை பண்ணி நாடகத்தில் தொய்வில்லாமல் பார்த்துக் கொள்ளுங்கள்.

நான்காவது முறை கைதட்டுவேன். அப்போது ஞாநி நடிப்பதை நிறுத்தி வட்டத்தில் தன் இடத்திற்குப் போய் அமர்ந்துவிடுவார். மனோகருக்கு வலப்புறமாக வட்டத்தின் வரிசையில் அமர்ந்து இதுவரை நாடகத்தைப் பார்த்துக்கொண்டிருக்கிற அம்ஷன்குமார் எழுந்து வட்டத்திற்குள் வந்து வட்டத்தில் நாடகத்தின் ஒரு பாத்திரமாக இருக்கும் மனோகருடன் இயைந்து அந்த நாடகத்தை நான் இதுவரை சொல்லிவந்த விதிமுறைகளுக்கிணங்க தொடர்ந்து நிகழ்த்த வேண்டும்.

என்ன சரிதானே?

இப்படியே, இந்த வட்டத்தில் 28 பேரும் விளையாடுகிறவரை இந்த விளையாட்டு தொடர்ந்து நீடிக்கும்.

முக்கியமான இரண்டு விதிகள்:

1) நடிக்கப் போகிறவர், தன் பாத்திரத்தை உணர்த்த பாவனைகளையே அதிகம் நம்பியிருக்கத் தேவையில்லை. தெருக்கூட்டுபவராக அறிமுகமானது தெரிந்ததுமே நாடகத்தில் பார்வையாளர்கள் தெருக்கூட்டுபவரை கற்பனையில் அனுமானிக்கத் தொடங்கி விடுவார்கள். அதற்குப்பிறகு, உங்கள் நடிப்புத்தான் நாடகத்தின் மற்ற அம்சங்களை நிர்ணயம் செய்யப்போகிற ஒரு விஷயம்.

2) ஒரு பாத்திரத்தின் குறிப்பிட்ட மனநிலையை மட்டும் சித்தரிக்கக் கூடிய விதத்தில் உரையாடலைத் தொடர்ந்து அமைக்காதீர்கள். உதாரணமாக மது அருந்தியிருத்தல் போன்றவை. மது அருந்திய, அதிலே ஆழ்ந்துபோகிற ஒரு பாத்திரமாகவே இருந்தாலும்கூட,

அப்படி மதுவில் ஆழ்ந்துபோனவனுடைய வாழ்வில் மற்ற பகுதிகள் இருக்காதா என்ன? அப்பாத்திரத்தின் பல்வேறு பரிமாணங்களை உணர்த்த முற்படவேண்டும்.

சரி ஆரம்பிப்போமா என்று சொல்லி,

பாதல் சர்க்கார் தன்னுடைய முதல் கைதட்டலை ஆரம்பிக்கிறார். பழனிவேலன் வட்டத்தின் உள்ளே வருகிறார்.

இரண்டாவது கைதட்டல்.

ஞாநி உள்ளே வருகிறார்.

ஞாநி உள்ளே வரும்போது பனியனைக் கழட்டி, தோளில் துண்டுமாதிரிப் போட்டுக்கொண்டே வருகிறார்.

பழனிவேலன் அருகில் வந்ததும் குனிந்து பவ்யமாக "சார், என்ன சாப்பிடறீங்க தோசையா, இட்லியா, வடையா, காபியா, டீயா?"

என்று கேட்டதுமே, புரிந்துவிடுகிறது. அவர் ஒரு ஹோட்டல் தொழிலாளி என்று.

பழனிவேலன் உடனே, அந்த நாடக அரங்கத்தை, ஹோட்டலின் உட்புறமாய் பாவனைசெய்து, உட்காருவதற்கு மேஜை நாற்காலிகள் இருப்பதைப் போல கற்பனித்துக் கொண்டு, "ஏதா இருந்தாலும் சூடா கொண்டு வாப்பா"

என்று சொல்லிக்கொண்டே, கைக்குட்டையால் துடைத்துக் கொண்டே அங்கே காட்சிப்பொருளாக, இல்லாத ஒரு நாற்காலியில் உட்காரப் போவதைப்போல பாவனை செய்கிறார். நாடகம் தொடங்கிவிட்டது.

அப்புறம் அடுத்த கைதட்டலில் மனோகர் உள்ளே வருகிறார். உள்ளே வரும்போதே, நாள் முழுவதும் வேலைசெய்து பஸ்ஸில் பயணம்செய்து களைத்த தோற்றத்தில் வருகிறார்.

உள்ளே நுழையும்போது அந்த ஹோட்டல் சர்வரைப் பார்த்து.

"அடடே நீயா, நீ எப்பப்பா வந்தே? நீ நம்ப பாக்டரி (Factory) வாசலிலே, டீக்கடை வச்சிருந்தில்லே போன வருஷம்."

என்று, தன்னை ஒரு தொழிற்சாலையில் பணிபுரிகிறவனாக அறிமுகம் செய்துகொள்கிறார். உடனே ஞாநி. வாங்க சார், வாங்க உட்காருங்க. அதையேன் கேட்கிறீங்க போங்க!... என்று சொல்லி உரையாடலைத் தொடங்க, அந்த சர்வரின் வாழ்க்கையின் இன்னொரு பகுதியும் அந்தப் பகுதியோடு, இப்போது உள்ளே வந்திருக்கிற ஆலைத் தொழிலாளிக்கு இருந்திருக்கிற உறவும் புலப்படுகிறது. நாடகம் தொடர்கிறது. அடுத்த கைதட்டல். ஞாநி வட்டத்தில் தன் இடத்திற்குப் போகிறார். மனோகருக்கு அடுத்தபடியாக வட்டத்தில் வலதுபுறத்தில் அமர்ந்திருந்த அம்ஷன்குமார் எழுந்து வட்டத்திற்குள் வருகிறார்.

வரும்போதே, ஓட்டமும் நடையுமாய், பதறியபடி, அண்ணே! அண்ணே! உங்களை எங்கெல்லாம் தேடறது. காலேஜிலிருந்து வீட்டுக்கு வந்தேன். பார்த்தா, வீட்டிலே அம்மா கைகாலெல்லாம் இழுத்துகிட்டு, ஜன்னி வந்து உளறிகிட்டுருக்கு. அண்ணே! சீக்கிரம் வாங்க வீட்டுக்குப் போலாம், எனக்கு என்ன செய்யறதுன்னே புரியலே, என்று சொல்லி பதறும்போது, தான் காலேஜில் படிப்பவன் என்றும், அந்த ஆலைத்தொழிலாளியின் தம்பி என்றும் பார்வை யாளருக்கு உணர்த்தி அவர்களுடைய அம்மா சாகக்கிடக்கிறார்கள் என்று கதையின் இன்னொரு பகுதியை ஆரம்பிக்கிறார். அதற்குப் பிறகு, இதுவரை ஹோட்டலாய் பாவித்துவந்த அந்த அரங்கம், ரோடாகிறது, அப்புறம் வீடாகிறது.

இப்படியே நாடகம் தொடர்கிறது.

கைதட்டல் கைதட்டல்.

ஒவ்வொருவராய் தங்களின் கற்பனைகளையும் நடிப்பாற்றலையும் வாழ்வின் சோகங்களையும் அவலங்களையும் சந்தோஷங்களையும் நகைச்சுவைகளையும் குரூரங்களையும் - இப்படி பலவற்றை - விவரிப்பதற்குப் பயன்படுத்தி அந்த விளையாட்டை விளையாடி னார்கள். அந்த நாடகத்தில் பார்வையாளர்களாக இருந்தவர்கள் நடிகர்கள் ஆனார்கள், கதாசிரியர் ஆனார்கள், இயக்குனர்கள் ஆனார்கள். இப்படி மூன்றாவது தியேட்டரின் பல பரிமாணங்களையும் தந்தது அந்த விளையாட்டு.

வட்டத்தில் முக்கால்வாசிப் பேர் இப்படி விளையாடி முடித்த போது பகல் உணவுக்கான நேரம் ஆகியிருந்தது. உணவுக்குப்

பிறகு பிற்பகலில் எஞ்சியிருப்பவர்கள் விளையாடலாம் என்று கலைந்தபோது அந்த விளையாட்டின் தாக்கங்கள் பலவாறாக இருந்தது பட்டறைவாசிகளிடம்.

குறிப்பிட்ட பாத்திரத்தின் பல பரிமாணங்களை உரையாடல்கள் வாயிலாக உணர்த்தவல்ல பயிற்சியாக இந்த விளையாட்டை உணர்ந்தார்கள்.

மற்ற பாத்திரங்களோடு இணைந்த ஒரு பாத்திரப் படைப்பை உருவாக்கவல்ல குழுவுணர்வை இந்த விளையாட்டு வளர்ப்பதாக நம்பினார்கள். சிக்கலான சூழ்நிலையை உடனே எதிர்கொண்டு நிகழ்ச்சியின் இயல்பான வளர்ச்சியை மீட்டுக்கொள்ள பயிற்சி தருவதாக இந்த விளையாட்டை உள்வாங்கிக்கொண்டார்கள்.

பகல் நேர உணவு. ஒரு நாளைப் போல இன்னொரு நாளைக்கும் இல்லாமல், தினம் தினம் சுவையாக உணவு படைத்த சோழ மண்டலின் மணி. உணவுக்குப்பிறகு, ஒரு மணி நேர ஓய்வுக்காக பட்டறைவாசிகள் விஸ்வநாத்தின் குடிசையில் திக்காலுக்கு ஒருவராக நீட்டி நிமிர்ந்து கிடக்கிறார்கள்.

பட்டறைவாசிகளில் ஒருவரான கரகக்கலைஞர் குணசேகரனைப் பாடச் சொல்லி கேட்டு சந்தோஷப்பட்டுக் கொண்டிருக்கும் ஒரு சிறு கும்பலில் அவனும் ஒருவனாய் அந்தத் திண்ணையில் உட்கார்ந்து ரசித்துக் கொண்டிருந்தான்.

குணசேகரன் பாட, பரீஷா கார்வண்ணன் அடுத்த பாட்டைப் பாட, இப்படி அமளி துமளிப்பட்டுக்கொண்டிருந்த ஒரு சூழ் நிலையில், பாதல் சர்க்கார் கட்டிலில் ஏதோ புத்தகத்தை அமைதி யாகப் படித்துக்கொண்டிருந்தார். அவருக்கான சிகரெட்டுகளைக் கூடவே கல்கத்தாவிலிருந்து கொண்டுவந்ததைப் போல, இந்தப் பத்து நாள் வாசத்துக்கான அவருக்கான புத்தகங்களையும் கூடவே கொண்டுவந்திருக்கிறார்.

இந்தச் சூழ்நிலையில் இன்னொரு அற்புதமான நாடகமும் நடந்தது. ஆஜானுபாவாக, மிக உயரமாக, தாடி மீசைகளோடுகூடிய ஒரு மனிதரை, கையில் தூக்கிய பெட்டியோடு அன்றைக்கு அதி காலையில் சிலர் அந்த வீட்டின் வாசலில் பார்த்தனர். வீட்டிற்குள் நுழைந்த மனிதர் அங்கே திக்காலுக்கு ஒன்றாகக் கிடக்கும் பெட்டிகளையும் கைலிகளையும் படுக்கைகளையும் உடைகளையும்

பார்த்தாவாறே, பாதல் சர்க்கார் இருக்கிறாரா என்று கேட்டு, குளித்துக்கொண்டிருக்கிறார் என்று தெரிந்துகொண்டதும் சரி என்று சொல்லிவிட்டு ஓவியர் வாசுதேவரின் வீட்டை நோக்கிச் சென்றுவிட்டார்.

அதே மனிதர் இன்று நண்பகல் பொழுதில் அந்த வீட்டினுள் நுழைந்து பாதல் சர்க்காரிடம் சென்று உரையாடத் தொடங்கினார். அவர்கூட யாரோ நண்பர்களும் வந்திருந்தார்கள்.

எல்லோரும் நடுக்கூடத்தில் உட்கார்ந்து பேசிக்கொண்டிருக்கும் போது, சரிதான் பாதல் சர்க்காரைப் பார்க்க வந்திருக்கிறார்கள் என்று அவரவர் காரியத்தில் ஈடுபட்டார்கள்.

அந்த மனிதர்தான் அந்தவீட்டின் சொந்தக்காரர். ஓவியர் விஸ்வநாத் பிரான்ஸிலிருந்து திரும்பி இருக்கிறார். தன் வீட்டிலேயே தானே ஒரு அன்னியரைப் போல நடந்து கொண்டு ஒரு விருந்தாளியைப் போல பேசியிருந்துவிட்டுச் சென்றார்.

பட்டறை முடிகின்றவரை, முற்றான மன சந்தோஷத்தோடு வாசுதேவனின் வீட்டில் தங்கியிருந்தார். இந்தப் பட்டறைவாசிகளுக்கு தன் வீட்டை தங்குவதற்கு கொடுப்பது ஒரு பெருமையான காரியம் என்று சொல்லிய விஸ்வநாத்தைப் போன்ற பல அன்பான மனுஷர்களாலேயே இந்தப் பட்டறை சாத்தியமாயிருக்கிறது. அன்றைய பிற்பகலில் அந்த விளையாட்டு தொடர்ந்து விளையாடப் பட்டது.

முழு உடற்சுழற்சி (உடலைச் சுற்றல்)

பட்டறையின் ஐந்தாவது நாள் ஒரு உடற்பயிற்சியோடு ஆரம்பமானது.

ஏற்கனவே நாம் தலையை மாத்திரம் சுற்றிப் பயிற்சி செய்தோம். அதேபோல இடுப்புப் பகுதியை மட்டும் சுற்றினோம். இப்போது தலைப் பகுதியையும் இடுப்புப் பகுதியையும் இணைத்து முழு உடலையும் சுற்றுகின்ற பயிற்சி - இப்போது நாம் செய்யப் போகிற பயிற்சி.

என்று சொல்லிவிட்டு பாதல் சர்க்கார் அந்தப் பயிற்சியை செய்து காண்பித்தார். கால்களை நிலையாக வைத்திருக்க வேண்டும்.

உடலை முற்றாக முன்னோக்கி குனிந்து தொங்கவிடுங்கள். கழுத்தும் தலையும் தொங்கிய நிலையிலே இருத்தல் வேண்டும்.

அப்படி முன்புறமாய் குனிந்த நிலையிலேயே உடல் முழுவதையும் இடப்புறமாக வளைத்துத் தொங்கிய நிலையிலேயே பின்புறமாக உடலைக் கொண்டுபோய், வலப்புறமாய் கொண்டுவந்து பின் ஆரம்பித்த நிலையில் முன்புறம் குனிந்து தொங்குமாறு முடிக்க வேண்டும்.

இப்பொழுது ஒரு முழு வட்டமாய் உங்கள் உடலை நின்ற நிலையிலேயே ஒருமுறை சுற்றியிருக்கிறீர்கள். அதேபோல தொடர்ந்து செய்யவேண்டும். முழு உடலையும் இந்தச் சுழற்சியில் ஈடுபடுத்த வேண்டும்.

இந்தப் பயிற்சியை நாங்கள் சரியாகச் செய்வதற்கு பாதல் சர்க்கார் ஒவ்வொருவரிடமும் வந்து எதிரில் நின்று தவறுகளைச் சரிசெய்து சரியாக உடலைச் சுழற்சி அடையச்செய்த பிறகே திருப்தி அடைந்தார்.

திசை விளையாட்டு

அந்தப் பயிற்சியை முடித்ததும் பாதல் சர்க்கார் இன்னுமொரு எளிய விளையாட்டை விளையாடச் சொன்னார்.

முதலில் வட்டமாக நிற்கவேண்டும்.

அதற்குப் பிறகு வட்டத்திலிருந்து சிலரை மையப்பகுதிக்கு வரச்சொன்னார்.

அவர்களை நன்றாக நிமிர்ந்து கால்களை சேர்த்துவைத்துக் கொண்டு நிற்கச் சொன்னார். ஒரு பத்துபேர் இருக்கும்.

அதற்குப் பிறகு பாதல் சர்க்கார் சொல்லுகிற திசையில் எல்லோரும் உடனடியாகத் திரும்பி நிற்க வேண்டும். உடனடியாக. அது முக்கியம்.

திசைகளை வேகமாக உடனுக்குடன் மாற்றி மாற்றிச் சொன்னார். கேட்கும்போது எளிமையாக இருந்த விளையாட்டு, விளையாடும் போது கஷ்டமாக இருந்தது.

காதில் கேட்டு மூளை பதிவு செய்துகொள்கிற ஆணையை உடல் செயல்படுத்த ஆரம்பத்தில் கொஞ்சம் தாமதமாகிறது. நாம் திரும்புவதற்குள் அடுத்த திசையை சொல்லிவிடுகிறார் பாதல் சர்க்கார்.

வடக்கு,

மேற்கு,

கிழக்கு,

தெற்கு,

வடகிழக்கு

தென் மேற்கு,

என்று சொல்லிக்கொண்டேயிருக்கிறார் வேகமாக. ஆனால் போகப்போக விளையாட விளையாட தவறுகள் குறைகிறது. உடனடியாக ஆணைக்கேற்றபடி திரும்புவதற்குப் பயிற்சி ஏற்படுகிறது. மூளையில் பதிவாகிற ஆணையை உடனடியாக செயல்படுத்துவதற்கு இந்தப் பயிற்சி அவசியம்தான் மூன்றாவது தியேட்டர்காரர்களுக்கு. இந்த விளையாட்டை எல்லோரும் ஒரே சீரான பயிற்சி பெறுகின்றவரை விளையாடிய பிறகு அடுத்த விளையாட்டைப் பற்றி பாதல் சர்க்கார் சொல்லத்தொடங்கினார்.

குழுவாகச் சிலை செய்தல்: (ஒலி இயக்கம் + லயத்தோடு)

ஏழு ஏழு பேர் கொண்ட குழுக்களாகப் பிரிந்து இந்த விளையாட்டை நாம் விளையாடுவோம்.

முதலில் நாம் எப்போதையும்போல வட்டமாக நிற்கிறோம். நான் முதல்முறை கை தட்டியதும் வட்டத்திலிருந்து யாராவது ஒருவர் ஓடி, வட்டத்தின் மையத்திற்கு வந்து விளையாட்டை ஆரம்பியுங்கள்.

இந்த விளையாட்டை முருகேசன் ஆரம்பித்து வைக்கட்டும். நான் கைதட்டி ஒலியெழுப்பியதும் முருகேசன் ஓடிவந்து வட்டத்தின் மையத்திற்கு வந்து வடக்குபுறமாய் நோக்கியபடி ஏதாவது ஒரு போஸில் சிலையாக ஆக வேண்டும்.

அதற்கு அடுத்தபடி இரண்டாவது முறையாக கைதட்டிய உடனே முருகேசனுக்கு வலது புறம், வட்டத்தில் அடுத்ததாக நின்று கொண்டிருக்கிற முருகேசனுக்குப் பக்கத்தில், அவர் உடலில் தன்னுடைய உடலில் ஏதாவது ஒரு பாகம், தலையோ, காலோ, கால்விரல்களோ, கையோ, கைகளோ, கைவிரல்களோ, கைவிரலோ அல்லது உடம்பின் ஏதாவது ஒரு பகுதியோ தொட்டுக் கொண்டிருக்குமாறு செல்வராஜூம் வடக்கு நோக்கி ஏதாவது ஒரு போஸில் சிலையாக நிற்க வேண்டும்.

இப்படியே ஒவ்வொரு கை தட்டலுக்கும் ஒருவர் ஒருவராக வரிசையாக ஓடிவந்து வட்டத்தின் மையப் பகுதியில் வடக்கு நோக்கிச் சிலையாக நின்றுகொண்டிருக்கிற தங்கள் குழுவினருடன் ஏதாவது ஒரு போஸில் சிலையாக நிற்க வேண்டும். அவர்கள் கவனிக்க வேண்டிய முக்கியமான விதி அவர்களுடைய உடம்பின் ஏதாவது ஒரு பகுதி அந்தக் குழுவில் சிலையாக நிற்பவர்களில் யாருடைய உடம்பின் ஏதாவது ஒரு பகுதியிலாவது தொட்டுக் கொண்டிருக்குமாறு இருத்தல் வேண்டும். வடக்கு நோக்கித்தான் சிலையாக நிற்க வேண்டும்.

இப்படி ஏழு பேரும் சிலைகளாக நின்ற பின், நான் 1லிருந்து 8வரை, சாதாரண வேகத்தில் எண்ணத் தொடங்குவேன். அப்படி எண்ணத் தொடங்குவதற்கு முன், ஏதாவது ஒரு திசையை உரக்கச் சொல்லிவிட்டு, எண்களை 1லிருந்து 8வரை சாதாரண வேகத்தில் சொல்லுவேன். அப்படி 1 என்று நான் சொல்லத் தொடங்கும் போதே குழுவிலிள்ள ஏழுபேரும் மிகமிக மெதுவான வேகத்தில் (Slow motion) இயங்கத் தொடங்கி நான் எந்தத் திசையை, எண்களைச் சொல்லத்தொடங்குவதற்கு முன்னே சொன்னேனோ இந்த திசையை நோக்கியவர்களாக எட்டு என்று சொல்லி முடிக்கின்ற போது பிறிதொரு போஸில் எல்லோரும் குழுவிலுள்ள ஏழுபேரும் சிலையாக நிற்க வேண்டும். எட்டு என்று சொல்லி முடிக்கும்போது நான் குறிப்பிட்ட அந்தத் திசையை நோக்கி சிலைகளாய் உறைந்து விட வேண்டும். முன்பைப் போலவே ஒருவருக்கொருவர் உடலின் ஏதாவது ஒரு பாகத்தில் குழுவில் உள்ள யாரோ ஒருவரின் உடலுடனாவது தொட்டுக்கொண்டு சிலையாக நிற்க வேண்டும். முன்பு இருந்த அதே போஸில் நிற்க வேண்டிய அவசியமில்லை. ஏதாவது ஒரு போஸில் நீங்கள் ஏழு பேரும் சேர்ந்து உருவாக்கிய அந்தச் சிலையின் மொத்த உருவமும் எந்த ஒரு தெளிவான

அர்த்தத்தைக் கொடுக்காதுபோனாலும் அதுகுறித்து நீங்கள் கவலைப்பட வேண்டியதில்லை.

திரும்ப அடுத்த திசையைச் சொல்வேன். 1லிருந்து 8 வரை எண்ணுவேன். நீங்கள் அந்தத் திசையை நோக்கி சிலையாகிறீர்கள். இதுவரை சொன்ன எல்லா விதிகளையும் கடைப்பிடித்து.

என்ன சரிதானா? இதிலே, நீங்கள் கவனிக்க வேண்டிய முக்கியமான விஷயம் உங்கள் உடலின் பல்வேறு பாகங்களும் வெவ்வேறு திசை நோக்கிடினும் கட்டளையிடப்பட்ட திசை நோக்கிச் சிலையின் மொத்த உருவமும் அழுத்தம் திருத்தமாகக் குறித்துக்காட்ட வேண்டும்.

அப்படி, நீங்கள் கொஞ்ச நேரம் விளையாடியதும் அடுத்த குழு அதற்கடுத்த குழு என்று தொடர்ந்து எல்லோரும் விளையாடுவோம் என்று சொல்லி விளையாட்டைத் துவக்கினார்.

இப்படி, குழுவில் உள்ள எல்லோரும் விளையாடி முடித்த பிறகு விளையாட்டின் அடுத்த கட்டத்தை விளக்கத் தொடங்கினார்.

குழுவாகச் சிலை செய்தல்: (ஒலியுடன்)

இதே விளையாட்டு.

இதே விதிமுறைகள்.

ஒரு சிறிய வித்தியாசத்துடன் மட்டும்.

ஒரு திசையிலிருந்து இன்னொரு திசைக்கு நீங்கள் மெதுவான வேகத்தில் (Slow motionஇல்) வேறொரு சிலையாக, ஆகத் தொடங்கும் போதே ஏதாவது ஒலியுடன், லயத்தோடு கூடிய ஒலியோடு இந்த Slow motion இயக்கத்தைச் செய்யுங்கள். எல்லோரும் சேர்ந்து.

உதாரணமாக,

ஆ....ஆ....ஆ....ஆ....ஆஆ....ஆஆஆ....ஆஆஆ.

ஓ...வ்...ஓ...வ்...ஓ...வ்... ஓ...... ஓ...வ். என்று ஏதோ ஒரு லயத்துடன் கூடிய ஒலி.

ஆனால், எக்காரணத்தைக்கொண்டும் ஒருவருக்கொருவர் பேசிக்கொள்ளாதீர்கள்.

என்ன? சரிதானா?

மற்ற எல்லா விதிமுறைகளும் முந்தைய விளையாட்டுக்கு உள்ளது போலவே.

என்று சொல்லிவிட்டு,

இந்த முறை பிரபஞ்சன் விளையாட்டைத் துவக்கிவைக்கட்டும் என்று முதல் கை தட்டும் ஒலியை எழுப்புகிறார்.

விளையாட்டுத் தொடர்கிறது. தொடர்ந்து கை தட்டல்கள், திசையைப் பற்றிய ஆணை. 1லிருந்து 8வரை எண்ணுதல். தொடர்ந்து நடக்கிறது இப்படி. தாளக்கட்டுடன், உடல் அசைவுகளைப் பண்ணுவது இந்த விளையாட்டில் முக்கியம் என்பது புரிதலாகிறது.

எல்லோரும், இப்படி ஒரு முறை விளையாடிய பிறகு விளையாட்டின் அடுத்த கட்டம் என்று சொல்ல ஆரம்பிக்கிறார்.

குழுவாகச் சிலை செய்தல்: (கருத்துக்கு பாவித்தல்)

இது ரொம்பவும் சுவையான விளையாட்டு. இப்போது இரண்டு முறை விளையாடிய விளையாட்டைப் போலத்தான் இதுவும். சில வித்தியாசங்கள்.

அவற்றை நான் சொல்லுகிறேன்.

விளையாட்டு முன்பு ஆரம்பித்ததைப் போலத்தான் ஆரம்பிக்கும். முதலில், வடக்கு திசையை நோக்கி, கைதட்டி ஒலியெழுப்பிய பிறகு, ஒவ்வொருவராக, ஏதாவது ஒரு போஸில் சிலையாக நிற்பீர்கள். மற்ற எல்லா விதிமுறைகளையும் அனுசரித்து.

அதற்குப்பிறகு, நான் திசைகளைச் சொல்லமாட்டேன். நீங்களாக, ஒவ்வொருமுறையும் 1லிருந்து எட்டு எண்ணி முடிக்கின்றபோது,

வடக்கிலிருந்து,

- மேற்கு

- கிழக்கு

- தெற்கு

என்று ஒவ்வொருமுறை எட்டு எண்ணும்போது திசைகளை மாற்றிச் சிலைகளை அமைத்துக்கொள்ளுங்கள்.

ஆனால், இப்போது, அப்படிச் சிலைகளை திசைகள்தோறும் மாற்றி அமைக்கும்போது, நான் 1 லிருந்து 8 வரை எண்ணத் தொடங்கு வதற்கு முன்பேயே,

ஏதாவது ஒரு கருத்தை விளக்கும் ஒரு வார்த்தையைச் சொல்லிவிட்டு 1லிருந்து 8வரை எண்ணத்தொடங்குவேன்.

உதாரணமாக,

"புயல்"

என்று சொல்லிவிட்டு, 1லிருந்து 8வரை எண்ணத் தொடங்குவேன்.

நீங்கள் ஒரு திசையிலிருந்து இன்னொரு திசைக்கு மெதுவான வேகத்தில் (Slow motionஇல்) உடலில் இயக்கத்தை ஏற்படுத்தி, அந்தத் திசையை நோக்கித் திரும்பத் தொடங்குகின்றபோதே, 'புயல்' என்ற வார்த்தையை, அதன் அர்த்தங்களை வெளிப்படுத்துகிற ஒலிகளை எழுப்பியபடியே உடல் இயக்கத்தைச் செய்யுங்கள். - ஒவ்வொருவரும் அவர்களுக்குத் தோன்றியபடி.

அதேபோல, ஒலியில் மாத்திரம் இல்லாமலும் புயலின் தன்மை களை வெளிப்படுத்துகின்ற சிலை உருவங்களையும் உங்கள் உடல்களைக் கொண்டு அமைத்திருக்க வேண்டும். நான் எட்டு என்று சொல்லி முடிக்கிறபோது, நீங்கள் குழுவாக இப்போது அமைத்திருக்கின்ற சிலை புயலின் தன்மைகளை விளக்கக்கூடியது.

குளிர்காலம்,

தீ,

அணுகுண்டு

இப்படி தெளிவான கருத்துக்களைக் குறிக்கின்ற சொற்களுக்கு ஒலியும் இயக்கமுமாய் நாங்கள் சிலைகளை மாற்றி மாற்றி

அமைத்தோம். கொஞ்சநேரம் கழித்து அருவமான வார்த்தைகளைச் சொல்லத்தொடங்கினார் பாதல் சர்க்கார்.

சித்ரவதை,

மகிழ்ச்சி,

தன்மை போன்ற சொற்கள்

இந்தச் சொல்லின் கருத்து விளக்கும் மனநிலையை சித்தரிப்பதாக இருந்தால் போதும். அந்தக் கருத்தை நடித்துக்காட்டும் சிலைகளாக இருக்கவேண்டிய அவசியமில்லை என்றும் குறிப்பிட்டார்.

இந்த விளையாட்டை விளையாடும்போது கருத்து வெளிப்பாட்டு முயற்சிகளில் மிகுந்த ஆழங்கொண்டு, அதனால் விளையாட்டின் அடிப்படைத் தேவைகளான ஒலி, மெதுவான வேகத்தில் இருக்கவேண்டிய உடல் அசைவுகள் (Slow motion), அதேபோல எழுப்புகின்ற ஒலிக்கும் செய்கின்ற உடல் அசைவுக்கும் இருக்க வேண்டிய லயம் போன்ற விதிமுறைகளை தவறவிட்டுவிடுகின்ற அபாயம் இந்த விளையாட்டில் இருந்தது.

குழுவாய் காட்சிகளை அமைத்தல்:

அடிப்படைப் பயிற்சிகளைப் பெறப்பெற, மூன்றாவது தியேட்டருடன் நேரடியான தொடர்பு உள்ள இதுபோன்ற விளையாட்டுக்களை விளையாடத் தொடங்கினோம்.

வட்டமாய் நின்றுகொள்கிறோம். பெரிய வட்டமாக வட்டத்தின் உட்பகுதியை, நிகழ்வரங்காய் (performing area) - பயன்படுத்துவதற்காக ஒவ்வொரு முறையும் பாதல் சர்க்கார் கைதட்ட கைதட்ட வட்டத்தில் ஏதாவது ஒரு இடத்தில் ஆரம்பித்து, வட்டத்திலிருந்து, ஒவ்வொருவராக, வட்டத்தின் உட்பகுதியான நிகழ்வரங்கத்திற்குள் செல்ல வேண்டும். அப்படி கைதட்டி, விளையாட்டு ஆரம்பிப்பதற்கு முன்னேயே எது போன்ற காட்சியினை அமைத்துக்காட்ட வேண்டும் என்று குறிப்பதற்காக,

மார்க்கட்,

மருத்துவமனை,

ரயில்வே ஜங்ஷன்,

இப்படி ஏதாவது ஒன்றைச் சொல்வேன். நீங்கள் 28 பேரும் ஒவ்வொருவராக வட்டத்தின் உட்பகுதியான நிகழ்வரங்கத்திற்குள் செல்லத் தொடங்கும்போதே ரயில்வே ஜங்ஷன் காட்சிக்குரிய சப்தங்களில் ஏதாவது ஒன்றை நீங்கள் எழுப்பிக்கொண்டே அந்த சப்தத்திற்கேற்ற, ரயில்வே ஜங்ஷன் காட்சிக்கு பொருந்தி வருகிற, நீங்கள் தேர்ந்தெடுத்துக்கொண்ட உடல் அசைவுகளை விளையாட்டு முடிகின்றவரை அந்த நிகழ்வரங்கத்தில் செய்துகொண்டிருக்க வேண்டும்.

ரயில் போர்ட்டராக ஒருவர், ரயிலாக ஒருவர், பேப்பர் விற்பவராக, ஸ்டேஷன் மாஸ்டராக, டிக்கட் பரிசோதனையாளராக - இப்படி ஒரு ரயில்வே ஜங்ஷனை, நிகழ்வாக நிகழ்த்திக்காட்டுவதற்கு, அம்சங்களா இல்லை? வட்டத்தின் நிகழ்வரங்கத்திற்குள் தங்களுக்கு முன், காட்சியை நிகழ்த்தச் சென்றவர்கள், அந்தக் குறிப்பிட்ட காட்சியின் முழுமைக்கு தேவையானவற்றில், நிகழ்த்திக் காட்டாமல், விடுபட்டுப்போன சில நிகழ்ச்சி அம்சங்களை அடுத்தடுத்து செல்பவர்கள் செய்து, காட்சியை முழுமைபெறச் செய்ய திட்டமிட வேண்டும். ஆனால் இப்படி காட்சியை அமைப்பதில் தன் திறமையை வெளிப்படுத்தும் நோக்கம்கொண்டு செயல்பட்டால், காட்சியின் அமைப்பில் சீர்குலைவு நேர வாய்ப்புண்டு.

இப்படி இந்த விளையாட்டை கொஞ்சநேரம் வெவ்வேறு தலைப்புக்களால் ஆன காட்சிகளை உருவாக்கி விளையாடிய பிறகு, இதே விளையாட்டை இதே விதிகளோடு சில அரூவமான கருத்துகளைத் தெரிவிக்கவேண்டிய சொல் தலைப்புகளுக்கு ஏற்ற முறையில் காட்சியை அமைத்து விளையாடினோம். உதாரணமாக,

நேசம்,

புயல்,

போன்ற தலைப்புகளுக்குப் பட்டறைவாசிகள் அனைவரும் காட்சியை அமைத்தோம்.

இப்படிப்பட்ட காட்சிகளை அமைக்கும்போது நிகழ்வரங்கத்தின் தேவையுள்ள பகுதிகளை நாம் தேர்ந்தெடுத்துக்கொண்டே சித்தரிப்புக்கு ஏற்ப நடிப்புக்களனாக பயன்படுத்தலாம்.

பாவனை: (பொருள்கள் செய்தல்)

இந்த விளையாட்டுக்கு வட்டமாய் உட்கார்ந்துகொள்ள வேண்டும். வழக்கம்போல, வட்டத்தில், யாராவது ஒருவர் இந்த விளையாட்டை ஆரம்பித்துவைக்க வேண்டும்.

விளையாட்டை ஆரம்பித்துவைக்கிறவர் இந்தமுறை பரஞ்ஜோதி. பரஞ்ஜோதி செய்யவேண்டியதெல்லாம் இதுதான். பாவனைகளாலேயே, ஏதோ ஒரு பொருளை செய்வதைப்போல உருவகித்து, இப்படிப் பாவனைகளாலேயே செய்த அந்தப் பொருளை, செய்து முடித்ததும் வட்டத்தில் இவருக்கு வலது புறத்தில் உட்கார்ந்திருக்கிற அரவிந்தனிடம் தந்துவிட வேண்டும். இதில் பரஞ்ஜோதி இந்தப் பொருளை பாவனைகளால் செய்துகொண்டிருக்கும்போதே, அரவிந்தன் வட்டத்தில் உள்ள மற்றவர்களைப்போல பார்த்துக் கொண்டுதானே இருப்பார்? ஆகவே, பரஞ்ஜோதி பாவனைகளால் தான் செய்த சிருஷ்டிப் பொருளை அரவிந்தனிடம் கொடுக்கும் போது, அரவிந்தன் அந்தப் பொருளைப் பெற்றுக்கொள்ளும் போதே இதன் நீள அகல கன பரிமாணங்களை உணர்ந்தவராக இந்தப் பொருளைப் பெற்றுக்கொள்ள வேண்டும்.

பரஞ்ஜோதி அப்படித் தந்த பாவனைகளால் உருவாக்கிய அந்தப் பொருளை அழித்து அரவிந்தன் தன்னுடைய பாவனை களால் தான் விரும்புகின்ற ஒரு பொருளை, அதிலிருந்தே செய்து, தான் அப்படி பாவனைகளால் செய்த பொருளை, பாவனைகளா லேயே, அந்த இல்லாத பொருளின், நீள அகல கனபரிமானங்களை உணர்த்தி, அரவிந்தனுக்கு வலது புறம் வட்டத்தில் அடுத்ததாக இருக்கும் பாரவியிடம் கொடுத்துவிட வேண்டும். பாரவி அதனைப் பெற்று, அழித்து... இப்படியே விளையாட்டு வட்டத்தில் எல்லோரும் விளையாடும்வரை தொடரும் என்று சொல்லி விளையாட்டை, பரஞ்ஜோதியைத் துவக்கிவைக்கச் சொன்னார். இந்த விளையாட்டை விளையாடிக் கொண்டிருக்கும்போது எல்லோருக்கும் தெரிந்த பொருளை அதன் பரிமாணங்களை புனைந்து காட்டுதலுக்குரிய ஒரு நல்ல பயிற்சி ஏற்பட்டது. மண்சட்டி, கூஜா, நாதசுரம், மத்தளம், நாற்காலி, மேஜை... இப்படி எத்தனையோ பொருள்கள் - பாவனைகளாலேயே செய்துகாட்ட சாத்தியப்பட்டது.

ஒலி பரிமாற்றம்

குரல் பயிற்சிக்கான விளையாட்டுகளில் இது ஒன்று.

இந்த விளையாட்டு மற்ற எல்லா விதிமுறைகளையும் பொறுத்தவரை பட்டறையின் முதல்நாள் விளையாடிய சக்தி பரிமாற்றம் விளையாட்டைப் போலத்தான். ஒரே ஒரு வித்தியாசம் சக்தியை வட்டத்தில் பரிமாறிக்கொள்வதற்குப் பதிலாக, ஒலியை பரிமாறிக்கொள்ள வேண்டும். வட்டமாய் உட்காருதல். உட்காருகின்ற, கைகளை வைத்துக்கொள்ளவேண்டிய முறை எல்லாம் சக்தி பரிமாற்றம் விளையாட்டைப் போலத்தான்.

வட்டத்தில் ஏதாவது ஒரு இடத்திலிருந்து விளையாட்டு ஆரம்பிக்கிறது. குணசேகரன் ஆரம்பிக்கிறார். எல்லோரும் கண்களை மூடிக்கொள்கிறோம். விளையாட்டு முடிகின்றவரை குணசேகரன், ஏதாவது ஒரு குறிப்பிட்ட ஒலியினை, துவக்கி, அதனை தனது இடக்கை அழுத்தம் வாயிலாக, பக்கத்திலிருப்பவருக்கு, அனுப்புகிறார். உள்ளங்கைகளை அமுக்கி, நாம் சக்தி பரிமாற்றம் விளையாட்டில் சக்திகளைக் கொடுக்கவில்லையா, அதேபோல குணசேகரன் இடக்கையின் வாயிலாக அந்த ஒலியை தான் பெற்றுக் கொண்டதற்கு அடையாளமாக வட்டத்தில் அவர் பக்கத்தில் உட்கார்ந்திருக்கிற செல்வராஜ் தனது வலது உள்ளங்கையைப் பிடித்திருக்கிற குணசேகரனின் இடது உள்ளங்கையின் பிடித்திருக்கிற குணசேகரனின் இடது உள்ளங்கையின் பக்கவாட்டில் தன்னுடைய வலது கைவிரல்களால் அழுத்தவேண்டும். இப்படிப் பெற்றுக் கொண்ட ஒலியைத் திரும்ப அதே மாதிரி தான் அந்த ஒலியை கொஞ்ச நேரம் எழுப்பிக் கொண்டிருந்து, அந்த ஒலியிலிருந்து மெல்ல மெல்ல மாற்றி, தான் விரும்புகின்ற புதிய ஒரு ஒலியை சிருஷ்டித்து அதனை விதிமுறைகளுடன் வட்டத்தில் வரிசையில் தனக்குப் பக்கத்திலிருக்கிற பரமேஸ்வரனுக்குக் கொடுக்கவேண்டும். பரமேஸ்வரன் அவருக்குப் பக்கத்திலிருக்கிறவருக்கு இப்படியே, வட்டத்தில் எல்லோரும் விளையாடும்வரை. 28 புதிய ஒலியை சிருஷ்டிக்கப்படும் இந்த விளையாட்டில். புதிய ஒலி சிருஷ்டி, தான் பெற்ற ஒலியிலிருந்து. சரிதானா? இந்த விளையாட்டைச் சரியாக விளையாட முதலில் கொஞ்சநேரம் பாதல் சர்க்கார் சொல்லியபடியே ஒரே ஒலியை வட்டத்தில் பரிமாறி அதில் பயிற்சிபெற்ற பிறகு ஒவ்வொருவரும் புதிய ஒலியை சிருஷ்டிக்கும் விளையாட்டை விளையாடினோம்.

(கண்ணாடி விளையாட்டு): (அசல் கண்ணாடி போலவே ஒலி + இயக்கம்)

ஏற்கனவே, ஒலி, இயக்கம் ஆகியவைகளுடன் விளையாடிய கண்ணாடி விளையாட்டை ஞாபகப்படுத்திக்கொள்ளுங்கள். என்று சொல்லி, இந்த விளையாட்டுக்கு என்ன புதிய விதிமுறைகளைச் சேர்த்துக்கொள்ள வேண்டும் என்று சொன்னார்.

தனக்கு எதிரில், தன் பார்வையில் படும்படி, எல்லோரையும் வரிசை வரிசையாக நிறுத்திவைத்தார்.

பாதல் சர்க்காரின் பார்வையில், முழுமையாகத் தெரியும்வண்ணம் பட்டறைவாசிகள் இணைகோடுகளாய் பாதல் சர்க்காரை நோக்கியபடி இருக்கும் வண்ணம் அடுக்கடுக்காக வரிசைகள் அமைந்திருந்தன.

பாதல் சர்க்கார் செய்யும் உடல் அசைவுகளை, சப்தங்களை, கண்ணாடி விளையாட்டு மாதிரி உடனடியாகப் பட்டறைவாசிகள் அனைவரும் பிரதிபலிக்க வேண்டும். ஒரே ஒரு புதிய விதி. கண்ணாடியில் தெரியும் பிம்பங்களின் இட, வல வித்தியாசங்களோடு பிரதிபலிக்க வேண்டும்.

ஒலியை பிரதிபலிக்கும்போது கண்ணாடி விளையாட்டில் உள்ளது போலவே அதே தாளக்கட்டுடன் செய்ய வேண்டும்.

மூன்றாவது தியேட்டரில் மனமும் உடலும் ஒருங்கிணைந்து உடனடியாகச் செயல்பாடுகளை நிகழ்த்துவதற்குரிய பயிற்சிகளில் இதுவும் ஒன்று.

இசையும் நடனமும்

போகப் போக விளையாட்டுக்களில் வெளிப்படையாக அதன் தீவிர கணங்கள் வெளிப்படத் தொடங்கின. முதலில் வட்டமாக நிற்கவேண்டும். வட்டத்தின் உட்புறம் நோக்கியவாறு ஒருவருக்கொருவர் நின்ற நிலையிலேயே கைகால்களை வீசி நடனம் ஆடுவதற்கு ஏற்ற இடைவெளி விட்டு.

இந்தப் பட்டறையில் இசைக்கருவி பயன்படுத்தப்பட்ட ஒரே விளையாட்டு.

தோல் இசைக்கருவியான டிரம் பயன்படுத்தப்பட்டது. அந்த டிரம் - அடிப்பகுதியெல்லாம் கிழிந்த நிலையில் இருந்தது. புகழ் பெற்ற டிரம் அது. 'வீதி' 'பரீக்ஷா' ஆகிய இரண்டு நாடகக் குழுவிலும் கடந்த இரண்டு ஆண்டுகளாக உபயோகப்படுத்தப்பட்டு வருகிற டிரம். வீதி, பரீக்ஷா ஆகிய இரண்டு கலைக் குழுக்களின் வரலாறும் அவைகளின் தோற்றமும் வளர்ச்சியும் தெரிந்துவைத்திருக்கிற டிரம்.

ஏதோ ஒரு அளவுக்குத் தாளத்தோடு வாசிக்கத் தெரிந்த இரண்டு மூன்று பேர் கொஞ்ச நேரத்திற்கு ஒருமுறை மாற்றி மாற்றி, அந்த விளையாட்டு முழுவதிலும் அந்த டிரம்மை தாளத்தோடு தட்டி ஒலியெழுப்பிக்கொண்டிருந்தார்கள்.

இசையொலி துவங்குகிறது.

இசையொலிக்கு ஏற்றவாறு வட்டத்தில் இருப்பவர்கள், முதலில் தலைகளால் மட்டும் தான் விரும்பும்படி, ஆனால் தாளக்கட்டுக்கு இயைந்து நடனமாட வேண்டும். உடலின் பிற பகுதிகள் அசைவதில்லை.

கொஞ்சநேரம் அப்படிச் செய்தபிறகு கைதட்டுகிறார் பாதல் சர்க்கார். அப்படி கைதட்டிய பிறகு தலையுடன் சேர்த்து ஒரு கையையும் தாளக்கட்டுடன் இயைந்து நடனமாட வேண்டும். அதற்கப்புறம் கொஞ்சநேரம் கழித்து அடுத்த கைதட்டல் ஒலி கேட்டதும் தலையுடன் சேர்த்து இரண்டு கைகளாலும் தாளக்கட்டுடன் இயைந்து நடனமாட வேண்டும். அதற்கப்புறம் அப்படி ஆடியபிறகு, இன்னும் கொஞ்சநேரம் கழித்து அடுத்த கைதட்டல் ஒலிகேட்டதும் தலை, இரண்டு கைகள், உடலில் இடுப்புக்கு மேற்பட்ட பகுதி ஆகியவற்றைத் தரையில் மண்டியிட்டவாறு தாளக்கட்டுக்கு இயைந்து நடனமாட வைக்கவேண்டும்.

அப்படிக் கொஞ்சநேரம் ஆடிக் கொண்டிருக்கும்போது அடுத்த கைதட்டல் ஒலி கேட்கிறது. அந்தக் கைதட்டல் ஒலி கேட்டதும் எழுந்து, முழு உடலையும் பயன்படுத்தி, நின்ற இடத்திலேயே டிரம்மின் ஒலிக்கேற்றவாறு தாளக்கட்டுடன் இயைந்து நடனமாட வேண்டும்.

அதற்குப்பிறகு, அடுத்தடுத்து கொஞ்ச நேரத்திற்கு ஒரு முறையாக ஒலிக்கப்படுகிற நான்கு கைதட்டல்களின்போது, ஒவ்வொரு கைதட்டலுக்கும் படிப்படியாக நடனத்தில் முதல் நிலைக்குச் செல்லவேண்டும்.

முழு உடலும் நடனமாடுதல்.

தலை + இரண்டு கரங்கள் + உடலின் இடுப்புக்கு மேற்பட்ட பகுதி.

தலை + இரண்டு கரங்கள்.

தலை + ஒரு கை.

தலையால் மட்டும்.

இது தொடர்ந்து நடந்துகொண்டே இருக்கிறது. இப்படி நடந்து கொண்டிருக்கும்போதே வட்டத்தில் ஏதாவது ஒருவரிடமிருந்து ஆரம்பித்து விளையாட்டின் இன்னொரு பகுதியும் நடக்கிறது. பாதல் சர்க்கார் கைதட்டல்களுக்கிடையில் 'மாற்றுங்கள்' என்று சப்தமிடும்போது ஒவ்வொரு 'மாற்றுங்கள்' என்ற ஆணைக்கும் வட்டத்திலிருந்து வரிசையாக ஒவ்வொருவராக வட்டத்தின் மையப்பகுதிக்குச் சென்று வட்டத்தின் அரங்கப்பகுதி முழுவதும் முழு உடலையும் பயன்படுத்தி தாளக்கட்டுடன் இயைந்து நடனமாடி, அடுத்த 'மாற்றுங்கள்' என்ற பாதல் சர்க்காரின் ஆணை பிறப்பிக்கப் பட்டதும் வட்டத்தில் தங்கள் இடத்திற்குத் திரும்பி, பழையபடி, நின்ற நிலையிலேயே வட்டத்தில் மற்றவர்கள் படிப்படியாக ஆடிக்கொண்டிருக்கிற மாதிரி ஆட்டத்தைத் தொடர வேண்டும். வரிசையில் அவருக்கு அடுத்தவராக வட்டத்தில் இருப்பவர், அவருக்கடுத்து வட்டத்தின் மையப்பகுதிக்குச் சென்று ஆடத் தொடங்குவார். இப்படி இரண்டு முகமாய் இந்த விளையாட்டு தொடர்ந்து நீடிக்கிறது. வட்டத்தில் உள்ள அனைவரும் ஒருமுறை வட்டத்தின் மையப்பகுதிக்குப் போய் நடனமாடி தங்கள் இருப்பிடத்திற்கு திரும்பும்வரை.

இரண்டு வட்டம் (கதை நிகழ்த்தல் ஒலி, அசைவுகளுடன்)

இதற்குமுன் விளையாடிய, இரண்டு வட்டம் (ஒலியும் + அசைவுமாக) (இரண்டிரண்டு பேராக) என்ற விளையாட்டை நினைவுபடுத்திக்கொள்ளுங்கள் என்று சொல்லி, விளையாட வேண்டிய முறையை விளக்குவதற்காக வட்டமாகத் தரையில் உட்காரவைத்து விதிமுறைகளை விளக்கத் தொடங்கினார்.

மற்ற எல்லா விதிமுறைகளும் நாம் ஏற்கனவே விளையாடி னோமே இரண்டு வட்டம் (ஒலியும் + அசைவுமாக) (இரண்டு

இரண்டு பேராக), அந்த விளையாட்டில் நாம் கடைப்பிடித்த விதிமுறைகள்தான்.

ஆனால், இந்த முறை, அதே விளையாட்டை ஒலியுடனும் அசைவுகளுடன் ஒரு கதையை நிகழ்த்திக்காட்டுமாறு விளையாடப் போகிறோம். நாம் நிகழ்த்தவேண்டிய கதைப்பகுதியைச் சொல்கிறேன்.

1855ஆம் ஆண்டு வாக்கில் மேற்குவங்கம், பீஹார், ஒரிஸ்ஸா ஆகிய மாநில எல்லைகளில் அடர்ந்த காட்டுப் பகுதிகளில் ‘சந்தால்’ என்ற ஆதிவாசிப் பழங்குடியினர் வாழ்ந்து வந்தனர். சந்தால் ஆதிவாசிப் பழங்குடியினரே தவிர, நகரவாசிகள் நினைப்பதைப் போல காட்டுமிராண்டிகள் அல்ல. ‘சந்தால்’ இனத்தின் சமூகவிதிகள், சட்டங்கள், கட்டுப்பாடுகள் ஆகியவை நமக்கு மனதாலும் பழக்கத்தாலும் அந்நியமானவை.

காடுகளில் கிடைத்த காய், கனி, கிழங்கு, மிருகங்கள் இவைதான் இவர்களுடைய உணவு. மிகக் கடுமையான உழைப்பில் ஈடுபட்டவர்கள். கூட்டு வாழ்க்கை நடத்தியவர்கள். மனித வாழ்க்கையில் இருக்கும் சந்தோஷம், துயரம், நேசம், அவநம்பிக்கை, எல்லாமும் இவர்களிடம் இருந்தது.

‘சந்தால்’ வாழ்ந்த அடர்ந்த காடுகளுக்கு வெளியே ஆட்சி நடத்திய மொகலாயர்களும் பட்டாணியர்களும் சந்தால்களின் அமைதியான வாழ்க்கையை குலைக்கவில்லை.

இந்தியாவை ஆண்ட ஆங்கிலேயர்கள் தங்கள் ஆட்சிக் காலத்தில் அந்த ‘சந்தால்’களின் அமைதியான வாழ்க்கையை குலைத்தனர்.

‘சந்தால்’கள் வாழ்ந்துவந்த அடர்ந்த காடுகளின் செல்வங்களை தங்கள் வயப்படுத்திக்கொள்வதற்காகச் சுதந்திரமான வாழ்க்கை நடத்திவந்த சந்தால்களை அடிமைப்படுத்தினார்கள். இதே காலக் கட்டத்தில் இந்த அடர்ந்த காடுகளைச் சுற்றியுள்ள மாநிலங்களிலிருந்து பார்ஸி, சிந்தி, மராட்டியர்கள் போன்றவர்கள் இந்தக் காட்டுப் பகுதிக்கு வந்து வட்டியும் லேவாதேவியும் செய்து சந்தால்களின் பொருளாதாரச் செழுமையைச் சுரண்டினார்கள். இந்த இரண்டு அம்சங்களின் விளைவாக கொத்தடிமையும் வறுமையும் சந்தால்களின் அமைதியான வாழ்க்கையை சீர்குலைத்தது. இதுவரை அவர்களுக்கிடையே இருந்துவந்த ஒற்றுமையும் சகோதர

உணர்வும் சிதையத் துவங்கி அதற்குப் பதிலாக அச்சமும் சந்தேகமும் சந்தால்களின் சமூக வாழ்வில் விதை விட்டு வளரத் தொடங்கின.

எல்லாக் கொடுமைகளுக்கும் துன்பங்களுக்கும் பரிணாம ரீதியிலேயே ஒரு முடிவு உண்டல்லவா?

இனி இழப்பதற்கு ஒன்றுமில்லை என்ற வாழ்வின் கடைசிக் கோட்டிற்கு சந்தால்களின் சமூக வாழ்க்கை தள்ளப்பட்டபோது அச்சமும் சந்தேகமும் வெறுப்பும் கோபமுமாக உருமாறத் தொடங்கின. அனைவரும் ஒருமுகமாக அடக்கு முறைக்கும் சுரண்டலுக்கும் எதிராகக் கோபம்கொள்ளத் துவங்கியதும் போர் துவங்கியது. அந்த சக்தி வாய்ந்த உரிமைப்போர் ஆங்கிலேய சாம்ராஜ்யத்தை ஒரு வருடகாலம் நிலைகுலையச் செய்தது.

இதுதான் சந்தால் கிளர்ச்சியின் கதை. இந்தக் கதையை மூன்று கட்டங்களாகப் பிரித்து நாம் இந்த விளையாட்டில் ஒலியும் அசைவு களுமாக "இரண்டு வட்டம் (ஒலியும் + அசைவுமாக) (இரண்டு இரண்டு பேராக)" விளையாட்டின் விதிமுறைகளைப் பயன்படுத்தி விளையாடப் போகிறோம். அந்த விளையாட்டில் கைதட்டியது போல ஒவ்வொரு இரண்டு பேரையும் விளையாடச் செய்வதற்கு நான் கைதட்ட மாட்டேன்.

விளையாட்டை ஆரம்பித்து நீங்களே விளையாடப் போகிறீர்கள். விளையாட்டின் விதிமுறைகளில் தவறு நேர்கிறபோது விளையாட்டை நிறுத்தாமல், அந்தத் தவறுகளைச் சரிசெய்ய முயற்சிக்கிறேன். ஆனால் பெரும்பாலும் இந்த விளையாட்டை விளையாடி முடிக்கின்றவரை நான் குறுக்கீடு செய்ய விரும்பவில்லை. சரி. இந்தக் கதையின் மூன்று கட்டங்களைப் பார்ப்போம்.

முதல் கட்டம்: சந்தால் பழங்குடியினரின் அமைதியான வாழ்க்கை முறை. கடுமையான உழைப்பு, சகோதரத்துவம், கூட்டு வாழ்க்கை, சந்தோஷமான வாழ்க்கை. பணம் என்ற மதிப்பீடு அவர்கள் வாழ்க்கையில் நுழையாத காலக்கட்டம்.

இரண்டாம் கட்டம்: ஆங்கிலேயர்களும் லேவா தேவி வியாபாரி களும் அவர்கள் வாழ்க்கையிலே புகுதல். அடிமைப்படுத்துதல், சுரண்டல், ஒடுக்கப்படுதல், கொடுமைப்படுத்தப்படுதல் சந்தாலின் வாழ்விலே நிகழத் தொடங்குகின்றன. அதன் விளைவாக, அச்சமும், ஒருவருக்கொருவர் சந்தேகமும், வாழ்வில் நுழைகிறது.

மூன்றாவது கட்டம்: அச்சமும் சந்தேகமும் மெது மெதுவாக, வெறுப்பும் கோபமுமாக ஆகிறது. கோபங்கள் தனித்தனியாக வெடித்துப் பலருக்கும் பரவி முழு 'சந்தால்' இனமும் அடக்கு முறைக்கும் சுரண்டலுக்கும் எதிராகக் கிளர்ந்தெழுதல். போர்.

இந்த மூன்று கட்டங்களையும் முதல் கட்டத்தில் தொடங்கி மெதுமெதுவாக அடுத்த கட்டங்களுக்குப் போய் விளையாடி முடிக்க வேண்டும்.

விளையாட்டின் ஆரம்பத்தில் 2 என்ற முனையிலிருந்து இருவர் இருவராகக் கிளம்பி கதைக் காட்சியின் சித்தரிப்புக்கேற்ப, அசைவும் ஒலியுமாக அந்தப் பாதையைக் கடந்து 5 என்ற முனையை அடைந்து, 5 லிருந்து 1க்கும் 5 லிருந்து 4க்கும் இருவரும் பிரிந்து, அந்த அசைவையும் ஒலிகளையும் தொடர்ந்து தங்கள் தங்கள் குழுக்களின் வரிசைகளில் கடைசியில் போய் நின்று கொள்ளு கிறார்கள். அப்புறம் அடுத்த இருவர், 2 என்ற முனையிலிருந்து புதிது புதிதாய்த் தங்கள் மனதில் தோன்றுகின்ற கற்பனைகளுக்கேற்ப கதையின் நிகழ்ச்சிகளை ஒலியும் உடல் இயக்கமும் கொண்டு நிகழ்த்தி பாதையைக் கடத்தல். இப்படியே இந்த விளையாட்டுத் தொடர்கிறது. கொஞ்சம் கொஞ்சமாக, மெதுமெதுவாக, கதை முதல் கட்டத்திலிருந்து, இரண்டாம் கட்டம், மூன்றாவது கட்டம் என்று போகிறது. இந்த மாற்றங்கள் இயல்பாய் நிகழ்கிறது. முதலிலேயே திட்டமிட்டு நிகழ்த்தாதீர்கள். பேச்சே கிடையாது, ஒரு வார்த்தைகூட இந்த விளையாட்டு முடிகிறவரை. நான் இதைச் செய்யப் போகிறேன் நீங்கள் இதைச் செய்யுங்கள் என்று பிறருடன் ஆலோசனை நிகழ்த்தாதீர்கள். பாருங்கள். என்ன நிகழ்கிறது? சித்தரிக்க வேண்டியதில் என்ன விட்டுப்போய்விட்டது? அந்தக் கட்டத்தின் மற்றைய எந்த குண அம்சங்களை நாம் பிரதிபலிக்கலாம்? என்று அவைகளை நிகழ்த்தி விளையாட்டை முழுமைப்படுத்துங்கள்.

மூன்று கட்டங்களையும் ஒவ்வொன்றாக, இயல்பான வளர்ச்சியில் சிந்திக்க வேண்டும். நிகழ்ச்சியின் போக்கைத் திடீரென்று வலிந்து எவரும் மாற்றாதீர்கள். இயல்பான பரிணாம வளர்ச்சியில் கதையின் பரிமாணங்களைக் கொண்டு வாருங்கள். தவறுதலாக யாராவது ஒருவர் ஒரு கட்டத்திலிருந்து அடுத்த கட்டத்துக்கு நிகழ்ச்சியை, கதைப்பகுதியை இழுத்துச் சென்றுவிட்டால் மற்றவர்கள் அதை ஒப்புக்கொண்டு கதையின் தொடர்ந்த வளர்ச்சிக்கான நிகழ்வுகளில் பங்கேற்க வேண்டுமே தவிர,

ஐயையோ அவர் அவசரப்பட்டுவிட்டாரே என்று மீண்டும் கதையில் பழைய பகுதிக்குச் சென்று அவைகளை நிகழ்த்தத் தொடங்காதீர்கள். இந்தக் கதையில் கதை முடிகிறவரை சந்தால்களாக மட்டும் இந்த விளையாட்டை விளையாடுங்கள். சந்தால்களை நசுக்குவோராக யாரும் சித்தரிக்காதீர்கள்.

கூடுமானவரை இருவரும் இணைந்து பாதையைக் கடக்கும் போது ஒலிகளையும் உடல் இயக்கங்களையும் இயைந்த முறையில் அமைத்துக்கொள்ள முயற்சி செய்யுங்கள். அது விளையாட்டின் சுவையைக் கூட்டும்.

என்ன சரிதானா? அதன் மூன்று கட்டங்களையும் விளையாட வேண்டிய விதிமுறைகளையும் உங்களுக்குப் புரியும்படி என்னால் சொல்ல முடிந்ததா? தயவுசெய்து தமிழில் யாராவது மொழி பெயர்த்துச் சொல்லுங்கள். விளையாடத் துவங்குவதற்கு முன்னே உங்கள் சந்தேகங்களைக் கேளுங்கள்.

என்று சொல்லி, விளையாட்டைத் துவக்கினார் பாதல் சர்க்கார். இந்த விளையாட்டு ஒரு சொல்கூட பிரயோசிக்கப்படாத, தரப்பட்ட கோடுகளிலேயே நடந்து, நடனமாடி, போரிட்டு வெறும் ஒலியையும் உடல் இயக்கங்களையும் மாத்திரமே கொண்டு விளையாடப்பட்ட இந்த விளையாட்டு ஏறத்தாழ ஒரு மணி நேரத்திற்குத் தொடர்ந்து விளையாடப்பட்டது.

இந்த விளையாட்டின் உச்சகட்டத்தில் அந்தப் பட்டறைப் பந்தலுக்குத் தள்ளி வீடுகளை அமைத்து வாழ்ந்துகொண்டிருக்கிற சோழ மண்டலவாசிகள், சந்தாலின் கிளர்ச்சியை, சித்தரித்துக் கொண்டிருக்கும்போது, கொடுமைகளின்போது எழுப்பிய ஒலிகள், கிளர்ந்தெழுந்து எழுப்பிய அருவமான வெறும் ஒலிகளால், அந்த உயிர்த் துடிப்புள்ள சப்தங்களால் பாதிக்கப்பட்டு,

என்ன நடக்கிறது.

என்னவோ நடக்கிறதே.

என்று பதறி அவரவர் வீட்டு ஜன்னல் வழியாக வெளியே பார்த்தார்களாம். ஜன்னல்களின் வெளியே பார்த்தால் சோழ மண்டல எல்லையை நிர்ணயித்துக்கொண்டிருக்கும் வேலிகளைப் பிடித்துக் கொண்டு, நூறு, இருநூறு பேர், சோழ மண்டலின் அருகே இருக்கும்

ஈஞ்சம்பாக்கம் வாசிகள் இந்த விளையாட்டுப்பந்தலை நோக்கிய வாறு, திகைப்படைந்தவர்களாக பார்த்துக்கொண்டிருந்தார்களாம்.

சரிதான். நாடகப் பட்டறையில் போலிருக்கிறது என்று அவர்களும் ஜன்னல்களைத் தாண்டி வெளியே வராமல் அதற்குப் பின்னேயிருந்து இந்த விளையாட்டைப் பார்த்துக்கொண்டிருந்தார்களாம், பட்டறைக்கு அருகே சென்று பார்க்கக்கூடாதே என்று விதிமுறைக்குக் கட்டுப்பட்டு.

வாசுதேவும் அரனாவாஸ் வாசுதேவும் இந்த நிகழ்ச்சிகளை, இந்த விளையாட்டைப் பற்றி பிறிதொரு வேளையில் குறிப்பிட்ட போது அவர்களின் கண்களில் இருந்த ஒளியும் உணர்ச்சிகளும் அவனுக்கு இன்னமும் நினைவில் இருக்கிறது.

"ஜன்னல் வழியாகப் பார்த்தால் பந்தலைச் சுற்றி ஒரே புழுதி. உயரமாய் ஏதோ பெரிய கலவரம் நடப்பதைப் போன்ற சப்தங்கள்"

என்று வாசுதேவும் அரனாவாஸ் வாசுதேவும் தங்கள் கைகளை யெல்லாம் ஆட்டி, உயர்த்தி, உயிர்த்துடிப்போடு இந்த விளை யாட்டைப் பற்றி விவரித்தபோது,

அந்த விளையாட்டின்போது சுற்றுப்புறம் மறந்துபோய், போகப் போக, விளையாடவிளையாட, நேரம் ஆக ஆக, பட்டறை வாசிகள் சந்தால்களாகவே மாறிப்போனதும் அந்த விளையாட்டை, உடலும் மனமும் களைக்க விளையாடிய பிறகும் விளையாடி முடித்த ரொம்ப நேரங்களுக்குப் பிறகும் அந்த விளையாட்டும் அதன் விளைவாகத் தங்களுக்குள் ஏற்பட்ட தாக்கங்களும் அந்த விளையாட்டு ஏற்படுத்திய பாதிப்பும் மறையப் பெறாமலேயே இருந்தன பட்டறைவாசி களிடையே.

மூன்றாவது தியேட்டரின் உயிர்த்துடிப்புக்கள் உடலும் மனமும் மாத்திரமே பயன்படுத்தி அடைகின்ற வெளிப்பாட்டு கலைச் சௌகரியங்கள் பற்றியெல்லாம் மிகத் தீவிரமான சிந்தனைகளை விதைத்த விளையாட்டு இந்த விளையாட்டு.

அரங்கப் பொருள்கள்: *(மனித உடல்களை மாத்திரம் பயன்படுத்தி)*

மனித உடல்களை மாத்திரம் மூன்றாவது தியேட்டருக்கான அரங்க சாதனங்களாக தேவைப்படக்கூடிய பொருள்களை அமைத்துக் கொள்ளுதல் பற்றியது இந்தப் பயிற்சி.

ஒரு செவ்வக அறை, கதவு, ஜன்னல், குளிக்கும் அறை, நாற்காலி, கிணறு, சிம்மாசனம், மேஜை, டெஸ்க், நீரூற்று, கார், சைக்கிள், தண்ணீர்க் குழாய், மரம், ரயில் நிலையம், ஒலி பெருக்கி, அருவி, ஆறு, சைக்கிள் ரிக்ஷா, ஆட்டோ ரிக்ஷா, பஸ், குடிசை, மாடிப்படி, பால்கனி, ஏணி இப்படி எத்தனையோ பொருள்களை, நாடகத்திற்குத் தேவையான பொருட்களை, நம்முடைய உடல்களையே, சாதனங்களாகப் பயன்படுத்தி நிகழ்வரங்கத்தில் நாடகம் நிகழ்த்தும்போது எப்படி சுலபமாக செய்துகொள்ள முடியும் என்று விளக்குவதற்காக பாதல் சர்க்கார் இந்தப் பயிற்சியை அளித்தார்.

யதார்த்த பிம்பம் (Illusion of Reality) என்ற வகையில், பெட்டி யமைப்பு (Proscenium) தியேட்டர் வகையில், நாம் யதார்த்த பிம்பங்களில் மலைகள், நதிகள், அறைகள், தெருக்கள், மரச் சாமான்கள், மண்பாண்டங்கள் முதலியவை போன்ற படிமங்களை செய்துகாட்டுகின்ற அநாவசிய முயற்சியில் ஈடுபடுகிறோம்.

பார்வையாளர்கள் உண்மையில் இவற்றை எதிர்பார்ப்பதில்லை. நாடகத்தை நாடகமாக ஏற்றுக்கொள்ள பார்வையாளர்கள் தயாராகத் தான் நாடகத்தைப் பார்க்க வருகிறார்கள். காலியிடங்களைத் தம் கற்பனைகளால் நிரப்பிக்கொள்ளத் தயாராகத்தான் பார்வையாளர்கள் இருக்கிறார்கள். அவர்களை நாம் ஏமாற்ற முனைந்து மூட்டை மூட்டையாகப் பெட்டிகளை நிகழ்விடத்தில் நிரப்பி, அது மலை யென்று அவர்களை நம்பச் சொல்கிற அவசியமற்ற முயற்சிகள் எதற்கு என்று பாதல் சர்க்கார் கேட்டு - உடல்களைப் பயன்படுத்தி உங்கள் நாடகத்துக்குத் தேவையான பொருள்களை, காட்சி அமைப்புக்களை உருவாக்கிக் கொள்ளலாம் என்று சொல்லி எப்படி இரண்டு மனித உடல்களைக் கொண்டு ஒரு மரத்தைப் பார்வை யாளர்களின் கற்பனைகளில் கொண்டுவந்து நம் நாடகத்தைத் தொடரமுடியும் என்று செய்து காண்பிக்கிறார். ஒருவர் பின்னால் நின்று இருவரும் தங்கள் நான்கு கைகளையும் வெவ்வேறு கோணங்களில் மரக்கிளைகளைப் போல பரப்பி விரல்களின் அசைவுகள் மூலம் புயல், சாதாரண காற்று எல்லாவற்றையும் காட்சிப் பொருளாக்க முடியும் என்று காண்பிக்கிறார்.

எல்லாப் பொருள்களையுமே மனித உடல்களைக்கொண்டு உருவாக்க முடிகிறது. குழந்தைகளின் ரயில் விளையாட்டை நிகழ்வரங்கத்தில் நிகழ்த்துகின்றபோது, சரி, ரயில் வந்திருக்கிறது அப்புறம் என்ன என்று பார்க்கத் தயாராகிறார்கள். நாடகத்தில்

யதார்த்த பிம்பங்களை (Illusion of Reality) சிருஷ்டி பண்ணுவதில் திறமையைக் காட்டிப் பம்மாத்து பண்ணி, உண்மையான நாடகம் அதன் அர்த்தங்களை இழக்கச் செய்வதைவிட, பார்வையாளர்களின் கற்பனைத் திறனின்மீது நம்பிக்கை வைக்க கற்றுக்கொள்வது நாடகத்தின் உண்மையான பயன்களையும் அர்த்தங்களையும் வெளிக் கொணரும்தான்.

கொஞ்சம் கற்பனை பண்ணிப் பார்த்தால் போதும். அந்தப் பொருளை நீங்களே அமைத்துவிடலாம் என்று சொல்கிறார். கதவா? ஒரு கதவின் அம்சங்கள் என்ன? திறக்கிறது, மூடுகிறது. கைப்பிடி இருக்கிறது. இரண்டு மூன்று பேரை வரிசையாக நிற்க வைத்து, நீங்கள் இவர்கள் உடம்பில் கைவைத்துத் தள்ளினால், எண்ணெய் போடாத, கீல்களில் சத்தங்களை எழுப்பியவாறே, அந்த மூன்று பேரும் ஒரே சீராக, மெதுவாக, உயிரற்ற பொருளைப் போல. பின்னால் கதவு திறப்பதைப் போலவே நகரச் செய்யுங்கள். கதவை உருவாக்கிவிட்டோமா இல்லையா என்று பாருங்கள்.

என்று செய்யச் சொல்கிறார். ரயில்வே ஸ்டேஷன் பிளாட்பாரம், மூன்று பேர் கைகளை சாய்வான கோணத்தில் தலைக்கு மேலே உயர்த்தியவாறு வரிசையில் நின்றாலே அது காட்சிப் பொருளாய் ஆகிறது.

அது முழுமை பெறுகிறது. பத்து பேர் சேர்ந்து ரயில் என்ஜின் மாதிரி ஒலியும் அசைவுகளுமாய் பிளாட்பாரத்தில் வந்து நிற்கிற போது.

பாலம், குகை, இப்படி எவ்வளவோ திகைப்பாயிருக்கிறது. நமது மனித உடல்களின் சாத்தியங்களைக் கொண்டு இப்படிப் பொருள்களைச் செய்ய முடிகிறபோது.

உடல், மனம், பயிற்சி, வேறு எதுவும் தேவையில்லை இதற்கு.

யந்திரங்களை உருவாக்குதல்

முதலில் வட்டமாக நின்றுகொள்ள வேண்டும். வட்டத்தின் உட்பகுதியை நோக்கியவாறு.

வட்டத்தில் ஏழுஏழுபேராக, ஒவ்வொரு குழுவாக, இந்த விளையாட்டை விளையாட வேண்டும்.

முதலில் கைதட்டியதும் வட்டத்தில், ஏதோ ஒரு இடத்திலிருந்து ஆரம்பித்து ஒவ்வொருவராக வட்டத்தின் மையப்பகுதிக்குச் சென்று ஏதாவது ஒரு போஸில் நின்று அல்லது ஒருகாலை முழங்காலிட்டு அல்லது கைகளை பிஸ்டன் மாதிரி முன்னும் பின்னும் அசைத்துக் கொண்டு நீங்கள் உருவாக்க நினைத்த மெஷினின் சப்தங்களை ஒலித்தவாறு அதன் இயக்கங்களில் ஏதாவது ஒரு பகுதியாக உங்கள் உடலை இயக்கச் செய்து விளையாட்டை ஆரம்பிக்க வேண்டும்.

அதற்குப் பிறகு, ஒவ்வொரு கைத்தட்டலுக்கும் வட்டத்திலிருந்து வரிசையாக, ஒவ்வொருவராக, உள்ளே வந்து, வட்டத்தின் மையத்தில் ஏற்கனவே ஒலியும் உடல் இயக்கமுமாக, யந்திரகதியில் உருவகித்து நிற்பவர்களுடைய உடலில் ஏதாவது ஒரு பாகத்துடன் தொட்டுக் கொண்டிருக்குமாறு இணைப்பை ஏற்படுத்திக்கொண்டு, தாங்களும் அந்த யந்திரத்தின் இன்னொரு பாகத்திற்கான அமைப்பைத் தங்கள் உடல்களைக்கொண்டு ஏற்படுத்திக்கொண்டு யந்திரகதி யிலான தாளக்கட்டுடன் கூடிய ஒலியையும் அசைவையும் செய்து விளையாட்டைத் தொடர வேண்டும்.

இப்படியே, குழுகுழுவாக, இந்த விளையாட்டை விளையாட வேண்டும் என்று சொல்லி பாதல் சர்க்கார், விளையாட்டைத் துவக்குவதற்குரிய கையொலியை எழுப்பினார்.

முதல் கைஒலி. மீனாட்சிசுந்தரத்திலிருந்து விளையாட்டு ஆரம்பிக்கிறது. அடுத்தடுத்து ஒவ்வொருவராக, முதல் குழுவில் உள்ள ஏழுபேரும் வட்டத்தின் மையப்பரப்பில் மனித உடல்களால் உருவாக்கப்பட்ட ஒரு யந்திரத்தை ஒலியும் அசைவுகளும் கொண்டு இயக்கிக் காண்பிக்கிறார்கள்.

குரல் பயிற்சி

எல்லோரையும் வட்டமாக நின்றுகொள்ளச் சொல்லுகிறார். வட்டத்தின் உட்புறமாக நோக்கியபடி.

நன்றாக மூச்சை உள்ளே இழுத்து, வயிறு புடைக்குமாறு செய்து, அந்த மூச்சை வெளியேவிடச் சொல்கிறார். மூச்சை வெளியே விடும்போது எவ்வளவு அதிகம் முடியுமோ அவ்வளவுக்கு வயிறு சுருங்க வேண்டும்.

மூச்சை அப்படி வெளியேவிடும்போது, வாயின் மூலமாக ஒலி எழுப்பியவாறே, மூச்சை வெளியேவிடச் சொல்கிறார். அப்படி ஒலியெழுப்பும்போது, குரல்வளையிலிருந்து அந்த ஒலியை உருவாக்கி வெளியேவிடாமல், அடிவயிற்றிலிருந்து, நாபிக்கமலத்திலிருந்து சப்தத்தை உருவாக்கி வாய்வழியாக வெளியே விடுமாறு செய்யச் சொல்கிறார். இந்தப் பயிற்சியை, அதன் சரியான முறைகளில் எல்லோரும் செய்யும்வரை வட்டத்தில் ஒவ்வொருவர் அருகிலும் சென்று பக்கத்தில் நின்று தவறுகளைச் சரிசெய்து, பயிற்சியினை சீராகச் செய்ய பயிற்றுவித்ததும்தான் இந்த விளையாட்டு முடிந்தது.

இதுபோன்ற தனிக்கவனம் ஒவ்வொருவர் மீதும் செலுத்த முடியாமல் போகும் என்பதற்காகத்தான் பட்டறையில் அதிக எண்ணிக்கையைச் சேர்க்காதீர்கள் என்று ஆரம்பத்திலேயே பாதல் சர்க்கார் தெரிவித்தார் போலிருக்கிறது. இந்தக் குரல் பயிற்சியை தினமும் காலையில் எழுந்ததும் செய்து பழகுவது குரலின் ஏற்ற இறக்கங்களுக்கு சப்தங்களின் வெகுதூர வீச்சுக்கு மிக உதவியிருக்கிறது தனக்கு என்று சொல்லி தினமும் தான் அந்தப் பயிற்சியைச் செய்வதாகச் சொன்னார்.

பாதல் சர்க்கார், தன் குரல் வித்தியாசங்களை கவனிக்கும்படி சொல்லி ஒலியெழுப்பியவாறே வட்டத்திலிருந்து நீங்கி தூரம் தூரமாக போய்க்கொண்டே இருந்தார்.

அவர் தூரம் தூரமாகப் போகப் போக சப்தம் குறைவதற்குப் பதிலாக அருகே இருந்து எழுப்பிய சப்தம் மாதிரியே கேட்டது.

ஒலிபெருக்கியை ஒதுக்கிவிட்டு மூன்றாவது தியேட்டரில் நமக்கு உள்ள குரலை மாத்திரமே நம்பி நாடகம் போடும் நமக்கு இதுபோன்ற குரல்வளம் மிக அவசியம்தான்.

மிக மெதுவாக வேக நடனம்: (எல்லோரும் ஒரே சமயத்தில்)

இந்த விளையாட்டை விளையாடி முடிந்ததும் இதைப்பற்றிய நிறைய கேள்விகள் அன்றைய மாலையில் நடந்த கலந்துரையாடலின் போது எழுந்தது. இந்த விளையாட்டு மூன்றாவது தியேட்டருக்கு எப்படி அவசியமானது என்றுகூட ரொம்பவும் குழம்பிப்போய் அந்த விளையாட்டு முடிந்ததும் அன்றைய மாலைப் பொழுதில்

நடந்த கலந்துரையாடலில் தங்கள் சந்தேகங்களை பாதல் சர்க்காரிடம் தெரிவித்தார்கள்.

உடலும் உள்ளமும் நிரம்பி தளும்பி வழிந்து பிரவாகமாகிற உணர்வை அனுபவிப்பது ஒன்றேதான் இதன் நோக்கம். இது மற்றைய பயிற்சிகளைப் போலவே மூன்றாவது தியேட்டருக்கு தேவையான உடலையும் மனதையும் ஒருசேர ஒருங்கிணைந்த செயல்பாட்டுத் திறனுக்குக் கொண்டுவருவதற்கானப் பல விளையாட்டுக்களில் இதுவும் ஒன்று.

உங்களுக்கு இந்த விளையாட்டு பற்றிய பாதிப்பும் குழப்பமும் பரவலாக அதிகமாக இருப்பதைக் காண்கின்றபோது நீங்கள் இந்த விளையாட்டின் பயன்களைப் பற்றி இன்னமும் அதிகமாக சிந்திக்க வேண்டும் என்று தோன்றுகிறது எனச் சொல்லி வேறு விஷயங்களைப் பற்றி பேசலாம் என்று சொல்லி விவாதத்தின் போக்கை மாற்றினார்.

விளையாட்டின் விதிமுறைகள்

1. பட்டறைப் பந்தலில் முதலில் எல்லோரும் வட்டமாக கைகால்களை வீசுவதற்குப் போதிய இடைவெளிவிட்டு, வட்டத்தின் உட்புறம் நோக்கியவாறு நிற்கவேண்டும்.

2. விளையாட்டை ஆரம்பிக்கலாம் என்று சொல்லியவுடன் எல்லோரும் மெல்ல உடல் முழுவதையும் ஈடுபடுத்தி மெதுவான வேகத்தில் ஊர்த்துவ நடனத்தில் ஈடுபட வேண்டும். ஏதோ ஒரு லயகதியில் உங்களுக்குப் பிடித்த முறையில் உங்கள் உடலை அந்த மெதுவான நடனத்தில் ஈடுபடுத்துங்கள்.

3. அப்படி நடனம் ஆடும்போது தொடக்கத்தில் முதற்கட்டத்தில் தத்தம் அசைவுகள் குறித்து மட்டுமே ஆழ்ந்த கவனம் செலுத்துங்கள்.

4. பின் படிப்படியாகத் தங்களைச் சுற்றி நடனமாடிக் கொண்டிருக்கிற இதர நடனக்காரர்களின் அசைவுகளுக்கேற்ப இயைபுகளை ஏற்படுத்தத் துவங்கலாம்.

5. இப்படி நடனம் ஆடிக்கொண்டிருக்கும்போதே வட்டத்தின் உட்பரப்பில் உள்ள விஸ்தீரணத்திற்கு நடனத்தின் போக்கில் செல்ல நேரிட்டால் தவறில்லை.

6. பின்னர் மெல்ல மெல்ல கண்களை மூடிய நிலையில் இந்த நடனத்தில் ஈடுபடத் தொடங்குங்கள். எல்லோரும் ஒரே நேரத்தில் செய்யவேண்டிய அவசியமில்லை. அவரவர் மனநிலைக்கேற்ப தோன்றுகின்றபோது கண்களை மூடத் தொடங்கி நடனத்தில் ஈடுபடலாம்.

7. கண்களை மூடியபிறகு பாதல் சர்க்கார் சொல்லுகின்ற கட்டளைகளைக் கேட்டு நடக்க ஆரம்பிப்பது அவசியம்.

8. இதற்குப் பிறகு விளையாட்டு இந்த நிலையை அடைந்த பிறகு ஒரு ஹிப்நாடிசக்காரரைப் போல் உள்ளத்தைத் தொடும் வகையில் மிருதுவான தொனியில் என்ன செய்ய வேண்டுமென்பதை சொல்ல ஆரம்பித்தார்.

இப்போது உங்களை மறந்து மயக்க நிலையில் இருக்கிறீர்கள். உலகம் முழுவதுமே உங்களைப்போல மிருதுவான நடனத்தில் ஈடுபட்டிருப்பதைப்போல உணர்கிறீர்கள். நீங்கள் மலைகளும் வயல்வெளியும் நிறைந்த இந்த அற்புதமான பூமியில் மண்ணில் விழுந்த ஒரு விதையாக உணர்கிறீர்கள். ஒருவிதை மண்ணுக்கு அடியில் இருந்து முளைத்துக் கிளம்புவதற்கு முன் பூமியின் சக்திகளை யெல்லாம் வளர்ச்சிக்காக உறிஞ்சி பூமிக்கடியிலிருந்து ஒருவிதை செடியாக முளைத்து எழுவதற்குத் தயாராக இருக்கும் நிலையை இப்போது நீங்கள் அடைந்திருக்கிறீர்கள். கால்பாதங்கள் இரண்டையும் சேர்த்து வைத்துக்கொண்டு கால் விரல்களையெல்லாம் ஒரு விரலோடு ஒரு விரல் ஓட்டினாற்போல வைத்துக்கொண்டு உங்கள் முழங்கால் களை உங்கள் கைகளால் உட்கார்ந்த நிலையில் சேர்த்து அணைத்துக் கட்டியபடி மெது மெதுவே நடனத்தை நிறுத்தித் தரையில் உட்கார்ந்திருக்கிறீர்கள்.

இதோ இப்போது நீங்களே விதையாக முளைத்து எழப் போகிறீர்கள். பூமியிலிருந்து வெடித்துக் கிளம்பிவரப் போகிறீர்கள். இதோ, மெதுமெதுவே முதலில் உங்கள் கால்களின் விரலில் உயிர் வர ஆரம்பிக்கிறது. அப்புறம் விரல்களிலிருந்து இந்த உயிர் ஊற்று, அமுத ஊற்று, உயிர்ச் சக்தி, மெதுமெதுவே, பாதங்கள் குதிகால்கள், கால்கள், முழங்கால்கள், எல்லாவற்றுக்குமாக பரவுகிறது.

முழங்காலிலிருந்து, தொடை, இடுப்பு, மார்பு, தோள்கள், பின், கைகள், - கைவிரல்கள், பின், - கழுத்து, வாய், மூக்கு, கடைசியாகக் கண்களுக்கும் அந்த உயிர்ச்சக்தி பரவுகிறது.

நீங்கள் மெதுமெதுவாக, ஒரு செடி, பூமியிலிருந்து சத்துக்களைப் பெற்று சூரியனிடமிருந்து சத்துக்களைப் பெற்று மெதுவாக, வளர்வதைப் போல பாதங்களிலிருந்து தலை வரை உயிர்ச்சத்து பெற்று மரமாகக் கிளைகள் கொண்ட ஒரு மரமாக, உங்கள் வேர்கள் எல்லாம் பூமிக்கு அடியில் ஆழமாய்ப் பரவி, வேர்விட்டு வளர்வதைப் போல விதையாக இருந்த நீங்கள் உயிர்ச்சக்தி பரவுகின்ற பாகங்களிலெல்லாம் அசைவுகள் ஏற்படுத்தி அழகிய ஒரு மரமாக மெதுவாக வளர்கிறீர்கள். மெதுமெதுவாக நிமிர்கிறீர்கள்.

மரமாய் வளர்ந்துவிட்ட நீங்கள் வயதாகி மரம் பட்டுப் போவதைப்போல முதலில் இலைகள் பழுத்துக் கிளைகளில் பசுமை குறைந்து பட்டுப்போவதற்கு முன்னால் உங்களின் இன்னொரு விதை பூமியில் விழுகிறது.

புயல், மழை, காற்று, சீறிச் சீறி அடிக்கிறது. உலகம் முழுவதும் வெள்ளம். உலகமே அழிந்துவிட்டதைப்போல மழை. இப்போது குறைந்துவிட்டது. சிலு சிலுவென்று தென்றல் வீசுகிறது. சூரியன் இதமாய் உதிக்க ஆரம்பிக்கிறான். ஆஹா! என்ன பசுமையான வயல்கள், பச்சைப் பசேலென்று என்ன அற்புதமான சூழ்நிலை.

மெல்ல தரையில் படுத்து முற்றிலும் சுதந்திரமாக உணருங்கள். இந்த உலகத்தின் அழிவும் ஆக்கமும் உங்களுக்குத் தெரியும். நீங்கள் இப்போது தரையில் மெதுவாக படுத்துக்கொண்டீர்கள்.

என்று சொல்லியபோது, ஹிப்நாட்டிசத்திற்கு ஆட்பட்டவர்கள் போல பட்டறைவாசிகள் திக்காலுக்கு ஒருவராய்ப் பட்டறை பந்தலின்கீழ் உள்ள மணலில் தங்களை மறந்து படுத்துக் கிடந்தார்கள்.

கொஞ்சநேரம் அப்படியே இருந்தபிறகு, பாதல் சர்க்கார் ஒவ்வொருவரிடம் அருகில்வந்து நீங்கள் இப்போது எழலாம் என்று மெதுவாக மிக மிருதுவான குரலில் சொல்கிறார். ஒவ்வொருவராக தூக்க நிலையும் மயங்க நிலையும் கலைந்து எழுகிறார்கள்.

பிறகு எல்லோரும் ஒருமுறை வட்டத்திலமர்ந்து இருபுறமும் கரம் கோர்த்து கைகளை அழுத்தி பரஸ்பர நேசத்தை உறுதிப் படுத்தி பின் அமைதியாகக் கலைகிறார்கள்.

பாதல் சர்க்கார் சொல்லுவதைக் கேட்டு நடக்க வேண்டும் என்பது இந்த விளையாட்டில் நிர்ப்பந்தம் இல்லை. எப்போது காதில் விழுகிறதோ அப்போது அந்தக் கட்டளைப்படி நடக்க முயற்சிக்கலாம் என்று பாதல் சர்க்காரே சொல்கிறார்.

நான் தனியே எவருடனாவது பேசுகையில் மற்றவர்கள் அதில் கவனம் செலுத்த வேண்டியதில்லை.

போதை மருந்து சாப்பிட்டதைப்போல இந்த விளையாட்டில் எல்லோரும் தன்னிலை இழந்தார்கள். நடைமுறை உலகத்துக்கும் நமக்கும் தொடர்பு இல்லாத ஒரு மயக்கநிலை.

தட்டாமாலை விளையாட்டு: (ஏழு ஏழு பேராகக் குழுவாக)

தட்டாமாலை சுற்றுவதற்கு ஒருவருக்கொருவர் கைகளை பிணைத்துக்கொண்டு ஏழுபேர் கொண்ட குழு குழுவாக விளையாடினோம் - இந்த விளையாட்டை.

நன்றாக இடைவெளிவிட்டு, வட்டமாக நின்று, ஏழுபேரும் ஒருவருக்கொருவர் கைகளைப் பிடித்துக்கொள்ள வேண்டும்.

அப்படி கைகளைப் பிடித்துக்கொண்ட, நின்ற நிலையிலேயே ஏழுபேரும் தங்களுடைய உடல்களைப் பின்புறமாக முடிந்த வரையில் சாயவிட வேண்டும்.

அப்படிச் சாயும்போது, ஒருவருக்கொருவர் பிடித்திருக்கின்ற கைகளின் ஆதாரத்தில்தான் பின்புறமாகக் கீழே விழுந்துவிடாமல் நிற்கின்ற அளவுக்கு நன்றாகச் சாய்ந்துகொள்ள வேண்டும். அப்படிச் சாய்ந்த நிலையிலேயே ஏழுபேரும் தங்கள் உடல்களை இடப்புறமும் வலப்புறமுமாக சாய்த்து வெவ்வேறு அழுத்த நிலைகளை கைகளில் உணர வேண்டும். பின், அப்படியே கைகளைச் சேர்த்துப்பிடித்த நிலையிலேயே முன்பக்கமாக ஏழுபேரும் சாய்ந்து தாங்கள் ஏற்படுத்திக்கொண்டிருக்கிற வட்டத்தின் உட்புறமாய் குனிய வேண்டும்.

இப்போதும் அப்படி உள்நோக்கிக் குனியும்போது உங்கள் கைகளின் பலத்திலேயே உங்கள் ஏழு பேருடைய உடல்களும் இருக்கின்ற அளவுக்கு குனியவேண்டும். பிறகு மெதுவே முடிகின்றவரை எல்லோரும் இடப்புறமும் வலப்புறமுமாய் உடல்களைச் சாய்த்துப்பார்க்க வேண்டும். அப்போதும் பிணைத் திருக்கின்ற உங்கள் கைகளின் பலத்திலேயே உங்கள் உடல்களின் கனம் பக்கவாட்டில் தொங்குவதைப்போல.

இப்படி முன்புறமும் பின்புறமுமாய் குனிந்து நிமிர்ந்து சாய்ந்து கொஞ்சநேரம் வெவ்வேறு அழுத்த நிலைகளில் பிணைத் திருக்கின்ற கைகளில் உங்கள் உடல்களின் முழு கனத்தையும் உணருங்கள். என்று சொல்லி முடித்ததும் இந்த விளையாட்டை விளையாடத்தொடங்கி விளையாடினோம்.

5 நிமிட நாடகங்கள்

பட்டறைவாசிகள் இந்தப் பட்டறையில் இதுவரை விளையாடிய விளையாட்டுக்களில் பெற்ற பயிற்சிகளின் அடிப்படையில் பட்டறையின் கடைசி இரண்டு நாட்களில் ஒவ்வொருவரும் தானே இயக்கி, தானே கதையமைத்து, தானே நடிகர்களைத் தேர்ந்தெடுத்து, தானே காட்சியமைப்புக்களை உருவாக்கி, தானே தயாரித்த 5 நிமிட நாடகம் ஒன்றை அரங்கேற்றினார்கள்.

ஒருவர் தமக்கு தேவைப்படும் எண்ணிக்கையுள்ள மனிதர்களைப் பட்டறைவாசிகளில் இருந்து எடுத்துக்கொள்ளலாம்.

அவர்களை வைத்துக்கொண்டு 10 நிமிடங்கள் அவர்களுக்கு நாடகக் கதையைச் சொல்லி எப்படி நடிக்க வேண்டும் காட்சி அமைப்புக்கள் எப்படி இருக்க வேண்டும் என்பதனை விளக்கி, பயிற்சியளித்து, இயக்கி, தயாரித்த, ஒரு 5 நிமிட சிறுநாடகம் ஒன்றை அப்போதே பட்டறைவாசிகளிடையே நிகழ்த்திக்காட்ட வேண்டும். அப்படி 28 பேரும் தயாரித்த நாடகங்களைப் பற்றி, அமைப்பு ரீதியில், வடிவரீதியில், கருத்து ரீதியில், விமர்சன ரீதியில் நிறையச் சொல்லலாம். ஆனாலும் அவர்கள் என்ன மாதிரியான நாடகங்களைப் போட்டார்கள் என்று சுருக்கமாகப் பார்க்கலாம்.

பிரபஞ்சன்: ஆண்டன் செகாவின், 'பச்சோந்தி'யை 'மந்திரியின் நாய்' என்ற தலைப்பில் நிகழ்த்தினார். சந்தையில் நாய் ஒருவனைக்

கடித்துவிடும். கடிப்பட்டவன் அலறுவான். அங்கே வந்த போலீஸ் காரர்கள், கடித்தநாய், பெரிய இடத்து நாய் என்று அறிந்ததும் நாய் யாரைக் கடித்ததோ அந்தக் கடிபட்டவனை தண்டிப்பார்கள்.

ஆல்பர்ட்: கறக்கிற மாடு ஒன்றை எல்லோரும் தங்கள் சுயநலத்திற்குப் பயன்படுத்திக் கொள்கிறார்கள் என்பதை விளக்கி.

முருகேசன்: ஏழை விவசாயிகள் வாழ்க்கை. அவன் உழைத்து பயிரிடும் பொருள் அவனுக்கே கிடைக்காமல் போவது பற்றி.

அம்ஷன்குமார்: சாலையொன்றில் விபத்தில் அடிபடுகின்ற ஒருவனுக்கு உதவி செய்கின்ற 'பெரிய' மனிதர் ஒருவர் அந்த உதவி களையே புகைப்படம் பிடிக்க ஏற்பாடுசெய்து சமூகசேவையென விளம்பரப்படுத்திக் கொள்வதுபற்றி.

கார்வண்ணன்: கரடிகதை. ஏமாற்ற நினைப்பவர்களே ஏமாந்து போவது பற்றி.

பாரவி: வெள்ளத்தில் சிக்கிய கரடியை, சமூக மூடநம்பிக்கை களில் மனிதகுலம் அழிந்துகொண்டிருப்பதற்கு உருவகமாகச் சித்தரித்து, அதனைக் காப்பாற்ற போன மனிதனும் வெள்ளத்தில் அடித்துச் செல்வதைப் பற்றி.

சந்திரன்: மனிதன், தான் உருவாக்கிய யந்திரவசதிகளுக்கு தானே அடிமையாகி எளிமையான வாழ்வை இழந்துபோதல் பற்றி.

விவேகானந்தன்: சுதந்திரம் பெற்ற நாட்டில் அநீதிகளுக்கு எதிராக மக்களைக் காக்க வேண்டியவர்களே மக்களுக்கு அநீதிகள் இழைப்பதைப் பற்றி.

அரவிந்தன்: அத்தியாவசியத் தேவையுள்ள பொருட்களின் பற்றாக்குறை, சாதாரண மக்களை ஒரு பரிணாம வளர்ச்சி எப்படி கிளர்ந்தெழச் செய்கிறது என்பதை விளக்கி.

சாமிநாதன்: முற்போக்குத்துவம் உதட்டளவில் பேசுபவர்கள் சூழ்நிலையின்போது அதிகாரவர்க்கத்துக்கு சோரம் போய்விடுவதைப் பற்றி.

பூமணி: புரட்சி புரட்சி என்று கூட்டம் போட்டு பேசிப் பேசி புரட்சி வந்துவிடுமா என்பது பற்றி.

பரமேஸ்வரன்: விவசாயிகள் போராட்டம் பற்றி.

எம்மார்லி: பள்ளிக்கூட பெண் வாத்தியார்களைப் படுக்கக் கூப்பிடும் பள்ளி நிர்வாகிகளை விமரிசித்து.

ரங்கராஜன்: மத்தியதரவர்க்க குடும்பங்களில் வேலைசெய்து சம்பாதிக்கும் ஒருவனை அந்தக் குடும்பத்தில் உள்ள எல்லோரும் சேர்ந்து பிச்சுப்பிடுங்கி தின்பதைப்போல உருவகம் பண்ணி.

பரஞ்ஜோதி: ரயிலில் அடிப்பட்டுச் சாவதைப்போல, ஆனால் அது கனவுதான் என்று கடைசியில் சொல்லுகின்ற தத்துவம் பற்றி.

கே.வி.ராமசாமி: 4 மாடும் சிங்கமும் பற்றிய கதையை புதிய அர்த்தங்களில் பாவித்தல்.

பழனிவேலன்: மலைவாசிகளிடையே நிகழும் மூடப் பழக்க வழக்கங்களை எதிர்த்துப் போராடும் மனிதனைப் பற்றி.

கோவிந்தராஜன்: திருமணங்கள் ஒரு சடங்கே தவிர வேறில்லை. ஆணும் பெண்ணுமான இல்வாழ்வில் மனது விரும்புகின்றவருடன் வாழ்வதே முக்கியம். சடங்குகளுக்குக் கட்டுபட்டு வாழ்வதல்ல என்பது பற்றி.

செல்வராஜ்: புலி வருது புலி வருது என்று பொய் சொல்லி, புலியே வந்துவிடுதல் பற்றி, புதிய அர்த்தங்களில்.

மனோகர்: ஒரு அறிவு ஜீவி, கடைசியில் சாதாரண குடும்பத் தளைகளிலேயே சிக்கிவிட நேர்கின்ற சமூகச் சூழ்நிலைப் பற்றி.

மீனாட்சி சுந்தரம்: உண்மையான குற்றவாளிகள் சட்டத்தின் பிடியிலிருந்து தப்பிவிடுகின்ற சமூகச் சூழல் பற்றி.

எம்.ராமசாமி: கீழ வெண்மணி சம்பவத்தின் நீதிமன்ற அறிக்கை பற்றி.

குணசேகரன்: தீண்டாமையை நகைச்சுவையுடனும் சிந்தனை யுடனும் பார்க்கவைக்க முயற்சிசெய்யும் நாடகம்.

சம்பந்தன்: குடும்ப கட்டுப்பாட்டுக்கு ஆள் பிடித்துவர நிர்ப்பந்திக்கும் பள்ளி நிர்வாகம். அதிலே பாதிக்கப்படும் ஒரு பெண் டீச்சரின் சோகங்கள் பற்றியும்.

ஞாநி: மகாபாரத சூதாட்டக் காட்சியை 33 ஆண்டுகால சுதந்திர இந்தியாவின் வரலாற்றோடு ஒப்பிட்டு விமரிசித்தல்.

அந்தனி ஜீவா: சாத்தான் வேதம் ஓதுகிறது என்ற தலைப்பில் தேர்தல் குறித்தும் வாக்குறுதிகள் குறித்தும் மக்கள் ஏமாறுவது குறித்தும் ஒரு பார்வை.

அக்னிபுத்திரன்: இராமாயணத்திலிருந்து ஒரு காட்சி. அக்னிபிரவேசம். சீதை, இராமனையும் தீயில் புகுந்து வெளியே வரச் சொல்லிக் கேட்டல்.

ராஜேந்திரன்: மக்களின் நல்வாழ்வுக்காக என்று சமூகவாதிகளால், அரசியல்வாதிகளால் இதுவரை போடப்பட்ட எல்லாக் கோஷங்களும் மக்களை மேலும் வறுமைக்குள்ளாக்குகிறது என்பதைச் சித்தரித்து.

இந்த 28 நாடகங்களைப் பற்றியும் நிறையச் சொல்ல வேண்டும். முற்றாகவும் மூன்றாவது தியேட்டரின் கொள்கைகளுக்கிணங்க தயாரிக்கப்பட்ட நாடகங்கள்.

பத்தே நிமிடங்களில் ஒவ்வொரு நாடகமும் தயாரிக்கப்பட்டது.

சந்தை, மாடு, கார், ஆறு, வெள்ளம், நவீனக்குளியறை, கிணறு, ஸ்கூட்டர், போலீஸ் ஸ்டேஷன், சைக்கிள் ரிக்ஷா, ரயில், ரயில்வே பிளாட்பாரம், சிதை, இப்படி எவ்வளவோ விஷயங்கள் மனித உடல்களைவைத்து மாத்திரமே சித்தரித்துக் காட்டப்பட்டன.

காட்சி ஆரம்பம், காட்சி முடிவு ஆகிய பல விஷயங்கள் குறித்து பட்டறைவாசிகளின் சிந்தனை வெளிப்பட்டது. உண்மைதான். எங்களுக்குச் சொல்லுவதற்கு விஷயம் இருக்கிறது.

வலுவான ஒரு வெளிப்பாட்டுச் சாதனத்தை கைக் கொள்ளத்தான் இந்த நாடகப் பட்டறை என்று சொல்லுவதைப்போல இருந்தது பட்டறைவாசிகளின் நாடகத்திற்கான கதைக் கருத்துக்களைப் பார்த்தபோது.

பட்டறை நிறைவு பெறுகிறது.

அந்தப் புகழ்பெற்ற வட்டம். அர்த்தச் செறிவுள்ள வட்டம் சக்தி பரிமாற்றம் விளையாட்டை கடைசி முறையாக இந்த நாடகப்

பட்டறையில் விளையாடுவதற்கு முன் பாதல் சர்க்கார் சொல்கிறார்.

"எனக்கு வயதாகிவிட்டது. நான் வயதானவன். இதுபோன்ற நாடகப் பட்டறைகளில் பயிற்சிபெற்றுச் செல்கிற நீங்கள்தான் இந்த 28 பேரும் இந்த தீபத்தைப் பல்வேறு பகுதிகளுக்கும் எடுத்துச் சென்று பிரகாசிக்கச்செய்யப் போகிறீர்கள் என்று நான் நம்புகிறேன்."

என்று உருக்கமாக முடித்துக் கண்களை மூடிய நிலையில் சக்தி பரிமாற்றம் விளையாட்டை இந்தப் பட்டறையில் கடைசி முறையாக விளையாடியபோது ஒவ்வொருவர் மனதிலும் தோன்றிய உருக்கமான உணர்வை எழுத்துக்களால் பிரதிபலிக்க முடியாது.

மேகமூட்டமாய் கவிழ்ந்த சிந்தனைகளுடன் கலைந்து நடந்து வந்து கொண்டிருந்தபோது ஈஞ்சம்பாக்கம் கிராமவாசி யாரோ ஒரு வயதானவர் அவனிடம் கேட்டார்,

ஏன் தம்பி, பொம்மைக் கம்பெனிக்காரங்க இன்னைக்கு கூத்து நடத்தப் போறாங்களாமே. எத்தனை மணிக்கு? ஆமாம். அந்தக் கிராமவாசிகள் சோழ மண்டல வாசிகளை பொம்மைக் கம்பெனிக் காரர்கள் என்றுதான் அழைக்கிறார்கள்.

ஏழு மணிக்குங்க பெரியவரே என்று சொல்லி சிந்தனைகளில் ஆழ்ந்துபோனான் அவன். செப்டம்பர், 10, காலை நேரம். அதற்கு முதல் நாள் நாடகப் பட்டறையின் நிறைவு விழாவாக ஏற்பாடு செய்யப்பட்டிருந்த புரிசை கண்ணப்ப தம்பிரானின் கூத்து துவங்கு வதற்கு முன்னே மூன்றாவது தியேட்டர் பற்றி பாதல் சர்க்கார், கொஞ்ச நேரம் பேசியதையும் பாதல் சர்க்கார் காண்பதற்கு பிரியப்பட்ட கூத்து நிகழ்ச்சியையும் அந்தக் கூத்திலே நாடகப் பட்டறைவாசியான சம்பந்தன், புராதனக் கூத்துக் கலையில் பங்கேற்று தன்னுடைய தந்தை புகழ்பெற்ற கூத்துக் கலைஞர் புரிசை கண்ணப்ப தம்பிரானுடன் இணைந்து நடித்ததையும் ஆர்வமாய் பார்த்துக்கொண்டிருந்த பாதல் சர்க்காரின் முகம் இவனுள் திரும்பத் திரும்பத் தோன்றிக் கொண்டிருந்தது.

மணி ஏழரை. அந்தக் காலை நேரத்திலும் சுறுசுறுப்பாய் இருந்தது அந்த இடம். அந்தக் காலை நேரத்திலேயே பயணம்செய்ய வேண்டிய அவசியம் இத்தனை பேருக்கு இருக்கிறது.

ஓவியர் ஜி. கிருஷ்ணமூர்த்தி பாதல் சர்க்காருக்கு ஒரு பெரிய ஓவியத்தை அவிழ்த்துக் காண்பித்துக்கொண்டிருந்தார். திரும்ப அந்த ஓவியத்தை பேப்பர்களால் மூடி வாசல்படியின் கதவுபோல அவ்வளவு பெரிய ஓவியத்தை, பாதல் சர்க்காரிடம் கொடுத்து, இது உங்களுக்குத்தான் என்று சொல்லியபோது, எனக்கா? எனக்கா என்று நாணமும் மகிழ்ச்சியும் கலவைகளாக முகத்தில் படர திகைத்தார். மனமெல்லாம் கனத்துப் போக, வெளியே வந்தோம். மக்கள், எங்கு நோக்கினாலும் மக்கள். கார்கள், சைக்கிள்கள், ஆட்டோ ரிக்ஷாக்கள், நடைபாதையில் மக்கள். நாங்கள் இனி நாடகம் போடணும்.

★ ★ ★

தனியாக

இந்தப் புத்தகத்தை உருவாக்குவதில், அதன் பல நிலை களிலும், அச்சுப்பிழை திருத்திக்கொடுக்க மற்றும் தேவையான ஆலோசனைகள் சொல்லி உதவிய நண்பர்கள்,

எம். செல்வராஜ், ஜி. செல்வராஜ், வீதி நாடக இயக்கத்தைத் துவக்கியவர்களில் ஒருவரான ஜோதி மூர்த்தி, பரீக்ஷா ஞாநி, திலீப்குமார் ஆகியவர்களுக்கு, முன் அட்டை ஓவியம் தந்த ஓவியர் பி. கிருஷ்ணமூர்த்திக்கு, முன் அட்டை அமைப்புக்கான ஆலோசனைகள் தந்த க்ரியா ராமகிருஷ்ணனுக்கும், திலீப் குமாருக்கும்,

பட்டறையைப்பற்றிய மற்ற விவரங்களைத் தந்து உதவிய ராஜேந்திரனுக்கும் முன் அட்டையில் தலைப்பு எழுதித்தந்த ஞாநிக்கும், நாடகப்பட்டறை பயிற்சிகளைப்பற்றி, தாங்கள் எழுதிய குறிப்புகளைத் தந்து உதவிய ஞாநிக்கும் முத்துராம லிங்கத்திற்கும், புத்தகத்தை எழுத ஆரம்பித்த உடனேயே,

“சாம், நீங்கள் செய்கிற காரியம் ரொம்ப நல்ல காரியம் என்னால் முடிந்த உதவி”

என்று சொல்லி, ஒரு நூறு ரூபாய் நோட்டை எடுத்துக்கொடுத்து, புத்தகம் வெளிவருவதற்கு முன்னேயே, இந்தப் புத்தகம்

எப்படியாவது வெளிவர வேண்டும் என்று பிரியப்பட்டு, இதனுடைய முதல் பிரதிகளுக்கான பணத்தைத் தந்து, என்னை மனத்தளர்வில்லாமல், உழைப்பதற்கு ஊக்கம் கொடுத்தமைக்கும், இந்த நேரத்தில் இந்தப்புத்தகம் மிகவும் அவசியம், எழுதுங்கள் என்று சொல்லி, எனக்கு நம்பிக்கைகளையும் உற்சாகங்களையும் தந்த க்ரியா ராமகிருஷ்ணனுக்கும், திலீப்குமாருக்கும்,

எல்லாவற்றுக்கும் மேலாக, இந்தப் பத்து நாளும், மற்ற எந்த வேலைகளையும் செய்யாமல், இதிலேயே மூழ்கி உழைக்க உதவிய, என் மனைவிக்கும், குழந்தைகளுக்கும்,

நாடகப்பட்டறை முடிந்த கொஞ்ச நாளில், நாகர்கோவிலில் சந்திக்க நேர்ந்த சுந்தரராமசாமியிடம், இந்த நாடகப்பட்டறை தந்த அனுபவங்களைப்பற்றி, மனம் நெகிழ்ந்து பேசிக் கொண்டிருந்தபோது,

"இந்த அனுபவங்களை யாராவது கட்டுரையாகவாவது எழுதுகிறீர்களா? அல்லது, நீங்களே எழுதி, காகங்கள் இலக்கிய அமைப்பில் வாசியுங்கள்"

என்று சொல்லி, இந்த அனுபவங்கள் எழுத்தாக வர வேண்டியதின் அவசியத்திற்கான முதல் விதையை விதைத்தமைக்காகவும்,

மிகக் குறுகிய காலத்திலே, இதை அச்சிட்டுத் தந்த பாலா பிரிண்டர்ஸ் நாராயணனுக்கும்,

எனது இதயப்பூர்வமான நன்றிகளைக் காணிக்கையாக்குகிறேன். குறிப்புகள் சேகரித்த காலம் நீங்கலாக, இந்தப் புத்தகம் எழுதப் பட்டதும், உருவானதும், ஒரு பத்து நாளில்தான். பட்டறைப் பயிற்சிகளைப் பொருத்தவரை, அதன் விதிமுறைகளைப் பொருத்தவரை, அதிக அக்கறைகொண்டு, தவறுகள் நேராவண்ணம் பார்த்துக்கொண்டேன்.

ஆனால், எத்தனை நண்பர்கள், ஆர்வமாக, தங்களால் முடிந்த போதெல்லாம் அச்சுப்பிழை திருத்திக் கொடுத்தபோதும், அச்சகத்தார் எவ்வளவோ பொறுமையாக ஒத்துழைத்தும், சில அச்சுப்பிழைகள் நிகழ்ந்திருக்கிறது. அதற்காக நான் வருந்துகிறேன். அந்தத் தவறுகளுக்கு நான்தான் பொறுப்பு. அவைகளைத் தவிர்த்திருக்க முடியும், இன்னும் கொஞ்சம் சாவகாசமாக வேலை

செய்திருந்தால். ஒரு பத்து நாளில் தொடர்ந்து இடைவிடாத உழைப்பும், எழுதுவதிலும், புத்தகம் உருவாக்குவதிலும், ஒரே நேரத்திலும் ஈடுபட நேர்ந்ததாலும், அந்த அச்சுப் பிழைகளை, என்னால் தவிர்க்க இயலாதுபோனது மன்னியுங்கள்.

அப்படி அவசரமாக, இந்தப் புத்தகத்தை எழுதாவிட்டால் என்ன? கொஞ்சம் நிதானமாக வெளியிடுவதில் என்ன இடைஞ்சல் என்ற கேள்வி உங்களுக்கு எழலாம். நான் இதற்கு சொல்லப் போகிற பதில் உங்களுக்குத் திருப்தி தராமல் போகலாம். ஆனாலும் இதுதான் என் பதில்.

எனக்கென, நானே ஒரு தேதியை நிர்ணயித்துக்கொண்டு, வேலை செய்யாவிட்டால் நான், கடந்த காலங்களில், எழுத நினைத்து, விட்டுப்போன, சில அற்புதமான அனுபவங்களைப் போல, இதுவும் எழுதப்படாமலே போகும் என்று பயந்தேன்.

இது என் மனநிலை. துர்பாக்கியவசமாக, இது என் சுபாவமாக இருக்கிறது. அப்படித்தான், சதீஷ் பகதூரும், பி.கே. நாயரும், சினிமாவும் ரசனையும் குறித்து அளித்த பயிற்சியில் பங்குபெற வாய்ப்புப் பெற்றும், அதற்கான, குறிப்புகளை முழுமையாக எடுத்துவைத்திருந்தும், அந்தப் புத்தகத்தின் அவசியத்தை உணர்ந்திருந்தும், அந்த தாகம் என்னிடம் இருக்கும்போதே, எழுதாமல் சோம்பியிருந்தேன். முடிவு இன்னமும் அந்தப் புத்தகம் எழுதி முடிக்கப்படாமல் வைத்திருக்கிறேன். அப்படி நிகழ்வதில் எனக்கு ரொம்பவும் மனச்சோர்வு உண்டு.

புனைதல் என்ற அம்சத்தில் ஒரு நாவலை மூன்று ஆண்டுகளாக 150 பக்கங்கள்தான் எழுதியிருக்கிறேன். ஆனால் அதனைப் புத்தகமாக்குவதில் எனக்கு ஒரு அவசரமுமில்லை. ஆனால், தமிழ் மண்ணில், இந்தக் காலகட்டத்தில் பதிவாக வேண்டிய சில அனுபவங்கள், உருவம் கொள்ளமுடியாமல் போவதை என்னால் ஒத்துக்கொள்ள முடியவில்லை.

ஆகவேதான் அவசரம். மேலும், மூன்றாவது தியேட்டர், நமது சூழலுக்கு, பொருளாதார ரீதியில் நாம் பரவலாகக் கைக் கொள்ளத்தக்க சாத்தியங்கள் கொண்டதாயிருக்கிறது. உண்மையில், இந்தப் புத்தகத்தை, மூன்றாவது தியேட்டர் பற்றி, ஓரளவுக்கு பொதுவாக, அதன் அடிப்படைகள் பற்றியும், சமூக ரீதியில், அந்தத்

தியேட்டர் வகையை, முழுவதுமாகப் பயன்படுத்தாமல், ஆனால் ஓரளவுக்கு மட்டும் பயன்படுத்தி இயங்கி, செயல்பட்டு, இந்த நாடகப் பட்டறையில், தங்கள் குழுக்களிலிருந்து, அதிக எண்ணிக்கையில் பயிற்சி பெறுவதற்கு அனுப்பிய, 'வீதி' நாடக இயக்கத்தையும், 'பரீக்ஷா' குழுவைப் பற்றியும் வரலாற்று ரீதியாகவும், விமர்சன ரீதியாகவும், எழுதப்பட்ட அத்தியாயங்களோடுதான், வெளிக் கொணர திட்டமிட்டேன். அதற்கான குறிப்புகளையும் இரண்டு குழுவினரும் நிறையத் தந்து உதவியிருக்கிறார்கள். ஆனாலும் இந்தப் புத்தகத்தில் அவைகளைச் சேர்க்க முடியவில்லை.

நம்முடைய நல்ல சிறுகதைகளையும், நாவல்களையும், தமிழகம் முழுவதும், மூன்றாவது தியேட்டர் முறையில், எவ்விதமான பணச்செலவுமில்லாமலும் நமக்குத் தெரிந்த 30, 40 பேர்களை மாத்திரம், பார்வையாளர்களாகக் கொண்டு, நாடகத்தில் நடிக்கப் பிரியமுள்ள, ஒரு பத்துப்பேர், ஒரு பத்துப்பேராக, நாடகங்களாக நடத்த முடியும் என்று நம்புகிறேன்.

மூன்றாவது தியேட்டர், புதுக்கவிதையைப்போல, தோற்றத்திற்கு எளிமை கொண்டிருந்தாலும், அந்த எளிமையை அடைவதற்குத் தேவையான அடிப்படைப் பயிற்சிகளை, இதில் ஈடுபடுபவர்கள் கண்டிப்பாகப் பயில வேண்டும். இதுபோன்ற நாடகப் பட்டறையின் நோக்கங்கள், பல நாடகப் பட்டறைகள் நடத்தப்பட்டால்தான் நிறைவேறும். அதற்கும், மூன்றாவது தியேட்டரின் வகையில் தற்போது நாடகங்கள் நடத்திவரும் தமிழகத்தின் பல்வேறு நாடகக் குழுக்களும் அதற்கான அடிப்படைப் பயிற்சிகளைப் பெற இந்தப் புத்தகம் ஓரளவுக்காவது பயன்பட்டால், இந்தப் புத்தகத்தின் நோக்கங்கள் நிறைவேற்றிவிட்டதாகக் கருதுவேன்.

எளிய முயற்சி. என்னால் முடிந்ததைச் செய்திருக்கிறேன். இன்னும் நன்றாகக் கொண்டுவந்திருக்கலாமே என்ற குறையைப் பொருத்துக்கொள்ளுங்கள்.

சென்னை - 28   **எஸ். சாமிநாதன்**
28.12.80

நன்றி

சென்னை கிழக்குக் கடற்கரை சாலையில் சோழமண்டலம் ஓவியர் கிராமத்தில் 1980களில் 'வீதி' நாடக இயக்கம் ஏற்பாட்டில், பாதல் சர்க்கார் நடத்திய நாடகப் பயிற்சிப் பட்டறை ஏற்பாடுகளிலும் பயிற்சியிலும் பங்கேற்கும் வாய்ப்பு பெற்றவன் நான்.

Third Theatre இங்கு கருக்கொண்ட காலம். அந்தப் பயிற்சிப் பட்டறை அனுபவங்களை 'மனசில் பதிஞ்ச காலடிச் சுவடுகள்' என்ற தலைப்பில் எஸ். சாமிநாதன் புத்தகமாக எழுதினார். சாமிநாதன் இதை எழுதியிருக்காவிடில், இப்படி ஒரு அடிப்படை நிகழ்வு நடந்ததே மறக்கப்பட்டிருக்கும். ஒரு passing referenceஆக மாறியிருக்கும். இந்த ஆவணமாக்கலுக்காக நண்பர் சாமிநாதன் என்றும் நினைக்கப்படுவார்.

சென்னை மியூசியம் தியேட்டர் அரங்கில் 1980ஆம் ஆண்டு டிசம்பரில் பரீக்ஷா நாடகக் குழுவின் ஆண்டு விழா நிகழ்வில் 'மனசில் பதிஞ்ச காலடிச் சுவடுகள்' வெளியிடப்பட்டது.

ஓவியர் கிருஷ்ணமூர்த்தி வரைந்து அளித்த ஓவியத்தை அட்டைப் படமாகக் கொண்ட இந்தப் புத்தகத்தின் முகப்பு எழுத்துகளை எழுதித் தந்தவர் பரீக்ஷா ஞாநி. இப்புத்தகம் வருவதற்கு உறுதுணை யாயிருந்தவர் எம்மார்லி. ஆலோசனைகளை வழங்கியவர்கள் க்ரியா ராமகிருஷ்ணனும் திலீப் குமாரும். நவீன நாடகப் பயிற்சிப் பட்டறையின் வரலாற்றுப் பதிவான இந்தப் புத்தக உருவாக் கத்துக்கு அப்போது உதவிய அனைத்து நண்பர்களையும் நன்றியுடன் வாழ்த்துகிறேன். நினைவுகூர்கிறேன்.

இலக்கியம், நாடகம், திரைப்படம் என்று பல்வேறு துறைகளில் முனைந்தவர்; சப்தமில்லாமல் சாதனை படைத்தவர் அன்பு நண்பர் எஸ்.சாமிநாதன்.

இந்தப் புத்தகத்தின் இரண்டாம் பதிப்பைக் கொண்டு வந்துவிட வேண்டும் என்பதற்காக அவரை நேரில் சந்தித்து தீவிர முன்முயற்சிகளை மேற்கொண்டவர் அன்புத் தோழர் மூத்த பத்திரிகையாளர் பொன். தனசேகரன். அது இப்போது சாத்தியமாகியுள்ளது.

எஸ். சாமிநாதனின் 'மனசில் பதிஞ்ச காலடிச் சுவடுகள்' இன்றைய தலைமுறை நாடக ஆர்வலர்களுக்கும் நவீன நாடகத்தில் அக்கறை கொண்டவர்களுக்கும் வருங்காலத்திலும் பயன்பட வேண்டும் என்பதற்காக இந்த மறுபதிப்பு செம்மைப் பதிப்பாகக் கொண்டுவரப்படுகிறது.

இந்தப் புத்தகத்தின் மறுபதிப்பைக் கொண்டுவர வேண்டும் என்பதில் முனைப்பு காட்டி, உதவிய சாமிநாதன் குடும்பத் தினருக்கும், புத்தகத்தை போதிவனம் பதிப்பகம் மூலம் வெளியிட முன்வந்த மூன்றாம் அரங்கு கே. எஸ். கருணா பிரசாத்திற்கும், பாதல் சர்க்கார் நாடகப் பட்டறையில் பங்கேற்றவர்கள் அடங்கிய புகைப்படத்தை தந்த ந. மீனாட்சி சுந்தரத்திற்கும், மனசில் பதிஞ்ச காலடிச் சுவடுகள் முதல் பதிப்பு புத்தகப் பிரதியை மறுபதிப்புக்காக வழங்கிய ஏ.எஸ். பத்மாவதிக்கும் நன்றி.

சாமிநாதன் மறைவுக்குப் பிறகு அவரது நினைவைப் போற்றும் வகையில் அவரது குடும்பத்தாரின் ஆதரவுடன் எஸ். சாமிநாதன் விருது வழங்கப்பட்டு வருகிறது. அந்த நிகழ்வை தளம் இலக்கிய இதழ் முன்னெடுத்து வருகிறது.

42 ஆண்டுகளுக்குப் பிறகு மீண்டும் வெளியாகும் இந்தப் புத்தகம் இன்றைக்கும் முக்கியத்துவம் வாய்ந்த வரலாற்று ஆவணமாகும்.

இந்த ஆண்டு சாமிநாதன் விருது வழங்கும் விழாவையொட்டி, 'மனசில் பதிஞ்ச காலடிச் சுவடுகள்' புத்தகத்தின் மறுபதிப்பு வெளியாகிறது எனும் மகிழ்ச்சியில் நாமும் பங்குகொள்கிறோம்.

அன்புடன்

பாரவி
ஆசிரியர், தளம்
அக்டோபர், 2023

நாடகப் பட்டறைவாசிகள்:

நிற்பவர்கள் *(இடமிருந்து வலமாக)*

அம்ஷன்குமார், மனோகரன், பரஞ்ஜோதி, ரங்கராஜன், கோவிந்தராஜ், முருகேசன், பழனிவேலன், முத்துராமலிங்கம், பூமணி, அரவிந்தன், எஸ். சாமிநாதன், ஆல்பர்ட், மீனாட்சிசுந்தரம், ஞாநி, கே.எஸ். ராஜேந்திரன், சந்திரன், கார்வண்ணன்.

உட்கார்ந்து இருப்பவர்கள் *(இடமிருந்து வலமாக)*

பரமேஸ்வரன், விவேகானந்தன், அக்னிபுத்திரன், கே.வி.ராமசாமி, பாதல் சர்க்கார், அந்தனி ஜீவா, செல்வராஜ், சம்பந்தன், கே.ஏ. குணசேகரன், மு. ராமசாமி, பாரவி, பிரபஞ்சன்.